அதிசயம் தரும் அண்ணாமலையார்

டாக்டர் ஆ.ஞானகுரு

வெளியீடு:

தமிழ்வனம்
நூல் வெளியீடும் விற்பனையும்

அதிசயம் தரும் அண்ணாமலையார் / டாக்டர்.ஆ.ஞானகுரு ©
நவம்பர் 2019
வெளியீடு: தமிழ்வனம், 11/44, குறிஞ்சி தெரு,
அம்பாள் நகர், போரூர், சென்னை.600116
மின்னஞ்சல்: paravaigandhi@gmail.com
செவிவழித் தொடர்புக்கு 7358319137, 9962191631
வடிவமைப்பு: ஜெமினி டிசைன்ஸ், சென்னை.
பக்கங்கள்: 96 **விலை:** ₹110.00

பதிப்பாளர்: **தே.காந்தி**

ISBN: 978-81-928443-7-4

ADHISAYAM THARUM ANNAMALAYAR / Dr.A.GNANAGURU ©
November 2019
Publisher : Thamizhvanam, 11/44, Kurunji Street, Ambal Nagar,
Porur, Chennai-600116.
thamizhvanam@gmail.com HP: +91-7358319137, 9962191631
Cover Design: Gemini Designes, Annanagar, Chennai-40.
Pages: 96 **Price:** ₹110.00

என்னுரை

அனைவருக்கும் ஆத்மிக் ஞானகுருவின் அன்பு வணக்கங்கள்.

இறைவன் என்கிறவர் மிகப் பெரியவர். எல்லாம் வல்ல இறைவனை, எல்லா இடங்களிலும் வணங்கலாம் என்பதுதான் உண்மை. இந்த உலகமே லிங்க வடிவமானது. இந்த பூமியின் மேற்பரப்பிலிருந்து வானத்தைப் பார்த்தால் அதுவும் லிங்கமாகத் தெரியும். எங்கும் நிறைந்திருக்கிறான் ஈசன் என்பதற்கு, இது ஒரு மிகப்பெரிய சாட்சி. இறைவனின் அருகில் நாம் எவ்வளவுக்கு எவ்வளவு செல்கிறோமோ, அந்த அளவிற்கு நமது கர்ம வினைகள் கரைந்துகொண்டேயிருக்கும் என்பது, காலம் காலமாக நமது சான்றோர்கள் சொன்ன மிகப்பெரிய உண்மை.

நாம் எதை நினைக்கிறோமோ, அதுவாகவே நாம் மாறிவிடுகிறோம் என்பதுதான் அனுபவ பூர்வமான உண்மை. இறைவனை இருதயத்துக்குள் நிறுத்த நிறுத்த, நமக்குள் இருக்கக்கூடிய எல்லாவித எதிர்மறை சக்திகளும் வெளியேறிவிடுகிறது.

இறைவன் நமக்குள்ளேயே வசிக்கத் துவங்கியவுடன், நமது வாழ்க்கையில் வசந்தம் வீசத் துவங்குகிறது. பக்தியை எவ்வளவு தூரத்திற்கு உயர்த்துகிறோமோ, அந்த அளவிற்கு முக்தியை நாம் அழைத்துக்கொண்டே இருப்போம். இந்த கலியுகத்திலும் நாம் கடவுளை கண்கூடாகப் பார்க்கக்கூடிய இடங்கள் நிறைய இருக்கின்றன. அதிலே ஒன்றுதான் திருவண்ணாமலை.

திருவண்ணாமலையில் சிவனே லிங்கமாக இருக்கிறார். அந்த மலையே லிங்கமாக இருக்கிறது. அந்த மலையை லிங்கமாக நினைத்து அந்த மலையைச் சுற்றியிருக்கிற பாதையில் நாம் நடந்து வருகிறபொழுது, எப்படி நடந்து வரவேண்டும்? அந்த மலையினை எப்படி வலம் வந்தால் வாழ்க்கையில் எப்படி வளம் செழிக்கும்? என்கிற ரகசியத்தையும்;

எம்பெருமான் ஈசனை எப்படி தொழவேண்டும் என்பதையும்; இந்த மலையில் இன்னும் சித்த புருஷர்கள் வாழ்ந்து கொண்டிருக்கிறார்கள் என்பதையும்; அற்புதமாய் விளக்கியிருக்கிறோம் இந்நூலில்.

கிரிவலம் என்பது கூட்டத்தோடு கூட்டமாக, கதைப்பேசிக் கொண்டு நடப்பதல்ல. கூட்டத்தில் நடந்தாலும், தனிமையாக இருக்க வேண்டும். அந்த ரகசியத்தையும், எந்த இடத்தில் நின்று எப்படி பார்த்தால் எம்பெருமான், எந்த கோலத்தில் காட்சி தருவார் என்கிற ரகசியத்தையும் விளக்குகிறது இந்த நூல்.

சுயநலமான மனிதர்கள் வாழக்கூடிய இந்த உலகத்தில், ஒவ்வொருவரும் இப்படி இருக்கிறார்களே என்று குறைகூறுவது தவறு. இறைவன் அவரவர் எண்ணத்தைப் பொறுத்து அவரவரை அந்தந்த இடத்தில் வைத்திருக்கிறார் என்பதுதான் உண்மை.

ஒருவர் கஷ்டப்படுகிறார் என்றால், இறைவன் அவருடைய எண்ணத்திற்கு ஏற்ற அளவு, அந்த மனிதரை அந்த இடத்தில் வைத்திருக்கிறார் என்று நினைக்க வேண்டுமே தவிர, "அய்யய்யோ அவர் கஷ்டப்படுகிறாரே" என்று சொல்லி 'கடவுள் என்ன கடவுள்' என்று கடவுளை எந்த நேரத்திலும் நாம் நிந்தித்துவிடக்கூடாது. ஒருவரியில் சொல்ல வேண்டும் என்றால், 'எண்ணம்தான் வாழ்க்கை. எவர் எதை நினைக்கிறாரோ, அதுவாகவே அவர் வாழ்ந்து கொண்டிருக்கிறார்' என்ற அடிப்படை தத்துவத்தை புரிந்துகொள்ள வேண்டும்.

நாம் எண்ணங்களை மாற்றினால், வாழ்வில் உயரலாம் என்பது உண்மை. இந்த உயர்வுக்கு உறுதுணையாக இறைசக்தியை அழைத்துக்கொள்ள, இந்த கலியுகத்தில் அற்புதமான இடம் ஒன்று உண்டு, அதுதான் திருவண்ணாமலை.

எண்ணங்களை உயரமாக்கிக்கொண்டு, கிரிவலமும் செல்கிறபோது நமது வாழ்க்கையில் அபரிமிதமான செல்வத்தையும், வெற்றிகளையும் ஈர்க்கலாம் என்பது கண்கூடான பலபேர் கண்ட உண்மை.

அந்த ரகசியங்களை இந்த நூல் எளிமையாக விளக்குகிறது. இந்தப் புத்தகத்தை வாசிக்கலாம். வாசிக்க வாசிக்க சிவனோடு நீங்கள் பயணிக்கலாம். நன்றி.

என்றும் இறைப்பணியில்

ஞானகுரு

டாக்டர் ஆ.ஞானகுரு

1

அனைவருக்கும் ஆத்மிக் ஞானகுருவின் அன்பு வணக்கங்கள்.

திருவண்ணாமலை. உங்கள் அனைவருக்கும் தெரிந்த ஒரு மலை. நாம் அடிக்கடி போய் வந்துகொண்டிருக்கிற ஒரு மலை. கிரிவலம் என்ற பெயரில் அந்த மலையைச் சுற்றி வந்துகொண்டிருக்கிறோம். நான் பதினைந்து கிரிவலம் போய்விட்டேன். இருபது கிரிவலம் போய் விட்டேன் என்று சொல்கிறார்கள். ஆனால், வாழ்க்கையில் எந்த மாற்றமும் எனக்கு வரவில்லை என்று புலம்புகிறார்கள். அவர்களுக்கான தொடர் பதிவுதான் இந்தப் பதிவு.

திருவண்ணாமலை பற்றி எதுவுமே தெரியாமல் பக்கத்து வீட்டுகாரர்கள் சொல்கிறார்கள் என்ற ஒரே காரணத்தை வைத்துக் கொண்டு திருவண்ணாமலையைச் சுற்றுவதனால் எந்தப் பலனும் கிடையாது. எல்லோரும் திருவண்ணாமலைக்குப் போகிறார்கள் அதனால் நானும் போகிறேன், என்பதால் எந்தப் பலனும் கிடையாது. திருவண்ணாமலையைச் சுற்றி வந்தால் நல்லது நடக்குமாமே என்ற செய்தியைக் கேள்விப்பட்ட பிறகு நீங்கள் திருவண்ணாமலைக்குப் போனாலும் ஒரு பலனும் கிடையாது. திருவண்ணாமலை என்றால் என்ன? அது எப்படி வந்தது? அது என்ன செய்து கொண்டிருக்கிறது? அங்கே போனால் என்ன கிடைக்கும்? எப்படி வணங்க வேண்டும்? என்கிற சூட்சும ரகசியங்களை தெரிந்து கொண்டால் மட்டுமே திருவண்ணாமலை உங்களுக்குப் பலன் தரும். திருவண்ணாமலை

என்பது என்னவென்றே தெரியாமல், திருவண்ணாமலையில் இருப்பது என்னவென்றே தெரியாமல் திருவண்ணாமலைக்குப் போனால் நல்லது நடக்கும் என்ற ஒரு முடநம்பிக்கையை கையில் வைத்துக் கொண்டு, திருவண்ணாமலை போவதனால் ஒரு பயனும் இல்லை என்பதை மட்டும் ஆழ்மனதில் நீங்கள் எழுதிக்கொள்ளுங்கள்.

திருவண்ணாமலை ஒரு அற்புதமான மலை. பௌர்ணமி, அமாவாசைக்கு அங்கு கிரிவலம் எல்லாம் போகிறார்கள். அன்னதானம் எல்லாம் நடக்கிறது. நிறைய சாமியார்கள் இருக்கிறார்கள். சுற்றி ஆசிரமங்கள் இருக்கிறது. நிறைய சாதுக்கள் சுற்றிக் கொண்டிருக்கிறார்கள். நிறைய சித்தர்கள் அங்கே இருக்கிறார்கள். இதுதான் நமக்குத் தெரிந்தது. இது உண்மை.

ஆனால், அந்த மலையைப் பற்றி நிறைய ரகசியங்கள் இருக்கிறது. அதைப் பற்றியும் நாம் கொஞ்சம் தெரிந்து கொண்டால், அந்த மலை நமக்கு எப்படி பலன் அளிக்கும்? என்பது நமக்குத் தெரியும்.

திருவண்ணாமலை தேயூர் ஜோதி லிங்க மலை என்று சொல்கிறார்கள். அருணாச்சலேசுவரர் அங்கே அமர்ந்திருக்கிறார். அந்த மலையோட அமைப்பைப் பார்த்தீர்களென்றால், முக்கோணமும், சிவனுடைய சக்தி தத்துவமாக மத்தியில் ஒரு புள்ளியும், அந்த மலையில் உள்ளது. அந்த மலை ஒரு சக்கர வடிவில் உள்ளது. சக்கரம் என்றால் நம் வழிபாட்டில் வைத்திருக்கிற ஸ்ரீசக்கரத்தைப் போல அந்த மலை இருக்கிறது

இந்த மலை வந்த கதை உங்களுக்குத் தெரியும். பிரம்மன் ஒருநாள் இந்த உலகத்திலேயே. இந்த பிரபஞ்சலேயே, நான் தான் உயர்ந்தவன் என்ற கர்வத்தோடு ஆணவத்தோடு விஷ்ணுவைப் பார்க்கப்போகிறார். விஷ்ணுவைச் சென்று பார்க்கிறார். விஷ்ணுவை எழுப்புகிறார். என்ன இருந்தாலும் தந்தை. பேர் சொல்லி அழைக்கிறார். விஷ்ணு விழித்துப் பார்க்கிறார். என்ன பிரம்மா என்கிறார். உன்னிடம் ஒரு சந்தேகம் கேட்க வந்தேன் என்கிறான். என்ன சந்தேகம் என்கிறார் விஷ்ணு. இந்த ஏழேழு உலகத்திற்கும் நான்தானே உயர்ந்தவன். நான்தானே படைப்புக்கடவுள். நான்தான் மிகப்பெரியவன் என்பதை நான்

உன்னிடம் சொல்ல வந்தேன். அது உண்மைதானே என்றான். விஷ்ணு சொன்னார், (என்ன இருந்தாலும் மகன் இல்லையா.) மிகவும் பொறுமையோடு சொன்னார். அப்படியெல்லாம் இல்லையப்பா. நமக்கெல்லாம் மேல் பெரியவர்கள் இருக்கிறார்கள். உன்னைவிட நான் பெரியவன் என்றார். பிரம்மன் விட்டபாடில்லை. உலகத்தில் இந்தப் பிரபஞ்சத்தில் ஏழேழு உலகத்திற்கு நான்தான் பெரியவன். நான்தான் படைப்புக் கடவுள் என்றான். விஷ்ணு, ஈசனார் உன் தலையை கிள்ளி எறிந்தபோது உன் படைப்பு ஆற்றல் எங்கடா போனது என்றார். பிரம்மன் பேசாமல் இருந்தான். சோககாசுரன் என்று ஒருவன் வந்து வேதங்களையெல்லாம் பிடுங்கிக்கொண்டு போனாரே? அப்பொழுது நான்தானே அவதாரம் எடுத்து மீட்டுக் கொண்டு வந்து கொடுத்தேன். அப்பொழுது எங்கே சென்றது உன்னுடைய படைப்பாற்றல். பிரம்மன் அதற்கு, அதெல்லாம் கிடக்கட்டும். எதுவாயிருந்தாலும் நான்தான் பெரியவன். நீ சின்னவன். எப்படியென்றால், நீ நிறைய சாபத்திற்கு உட்பட்டு அவதாரங்களையெல்லாம் எடுத்து வந்தாய். அதனால் என்னை விட நீ சிறியவன். எனக்கு பிறப்பும் இல்லை இறப்பும் இல்லை. அதனால், நான் பெரியவன் என்று பிரம்மன் சொன்னான்.

இப்படி இருவருக்கும் சண்டை முற்றிப்போக, தேவர்களெல்லாம் அஞ்சி நடுங்கினார்கள். என்னப்பா நடக்கிறது? இரண்டு பேரும் இப்படி சண்டை போட்டுக் கொண்டிருக்கிறார்கள்.

நேராக அய்யாவிடம் சென்றர்கள். சிவபெருமானிடம். பிரச்சினையைச் சொன்னார்கள். சரி அவர்கள் இரண்டு பேரையும் கூப்பிடுங்கள் என்றார். கூப்பிட்டார்கள். கூப்பிட்டுச் சொன்னார். யார் எனது அடியையும் முடியையும் பார்த்து விட்டு வருகிறீர்களோ அவர்கள் தான் பெரியவர்கள். சரியென விஷ்ணு, வராஹா அவதாரம் எடுத்துக்கொண்டு, நான் திருப்பாதங்களைப் பார்க்கப்போகிறேன் என்று போய்விட்டார். பிரம்மன் அன்னவதாரம் எடுத்து, அன்ன வடிவமாக மேல்நோக்கிப் போனார். நான் முடியைப் போய் பார்த்து வருகிறேன் என்று சொன்னார். இருவரும் இப்படி பயணம் செய்யத் துவங்கினர். அக்கினியாக எம்பெருமான் நிற்கிறார்.

அதிசயம் தரும் அண்ணாமலையார்

போய்க்கொண்டேயிருக்கிறார். விஷ்ணு கீழேச் செல்கிறார். கீழே செல்கிறார். சென்று கொண்டேயிருக்கிறார். திருப்பாதம் தெரியவேயில்லை. அன்னவடிவமாக பிரம்மன் மேல் நோக்கிப் போய்க் கொண்டேயிருக்கிறான். ஒன்றுமே தெரியவில்லை. போய்க் கொண்டேயிருக்கிறான்.

அந்தத் தலை எங்கேயிருக்கிறதென்று தெரியவில்லை. போய்க் கொண்டேயிருக்கும் போது, ஒரு தாழம்பூ அங்கிருந்து விழுகிறது. பிரம்மன் அந்தத் தாழம்பூவைப் பார்க்கிறான். அன்ன வடிவமாக இருக்கிற பிரம்மன் அந்தத் தாழம்பூவைப் பார்த்து, எங்கேயிருந்து வருகிறாய்? என்று கேட்க, நான் சிவபெருமானின் தலைமுடியிலிருந்து திருமுடியிலிருந்து வருகிறேன் என்று சொன்னது தாழம்பூ. இன்னும் எவ்வளவு தூரம் என்கிறான் பிரம்மன். நான்கு கல்ப யுகம் என்றது தாழம்பூ. நான்கு கல்ப யுகமா? எப்பொழுது போவது? என்றான் பிரம்மன். அது இந்த ஜென்மத்தில் முடியாது என்றது தாழம்பூ. பிரம்மனும் தாழம்பூவும் ஒரு சின்ன ஒப்பந்தம் போட்டுக்கொள்கிறார்கள். பிரம்மன் மெதுவாகக் கேட்கிறார் தாழம்பூவிடம், நான் தலையைப் பார்த்துவிட்டேன் என்று நீ சொல்வியா? எனக்காக ஒரு பொய் சொல்லேன். அப்படியென்றதும் தாழம்பூ பாவம். என்னதான் இருந்தாலும் படைப்புக் கடவுள். நம்மிடம் கெஞ்சுகிறாரே? கேட்டுவிட்டாரே. இல்லையென்று சொல்ல மனமில்லாமல் தாழம்பூ....

வாழக்கையில் நன்றாகப் புரிந்துகொள்ளவேண்டும். இல்லையென்று சொல்ல மனமில்லாமல் தாழம்பூ ஒத்துக் கொண்டது. வாங்க நான் சொல்கிறேன் என்று. தாழம்பூ பொய் சொல்ல ஒத்துக் கொண்டது. அதை ஒத்துக்கொண்டு தாழம்பூவும் பிரம்மனும் சிவனிடம் வருகிறார்கள். வந்து, பிரம்மன் சொல்கிறார், நான் தலையைப் பார்த்துவிட்டேன். இதோ சாட்சி தாழம்பூ. சிவன் ஏற்கெனவே அக்கினிப் பிழம்பாக நிற்கிறார். சிவன் பார்த்தார். ஏன் இப்படி பொய் சொன்னாய்? என்று தாழம்பூவைக் கேட்டு, இனிமேல் என்னுடைய வழிபாட்டில் உனக்கு இடமில்லை என்று தாழம்பூவை ஒதுக்கி வைத்துவிட்டார். அதனால் தான் சிவபெருமான் வழிபாட்டில் தாழம்பூவை வைக்கவே மாட்டார்கள். தாழம்பூ ஊதுவத்தி கூட வைக்கக்

கூடாது. பிரம்மனைப் பார்த்துச் சொன்னார். இவ்வளவு பொய் சொன்னதால் யாரும் உன்னை வணங்க மாட்டார்கள். உனக்குத் திருக்கோயில்கள் இருக்கவே இருக்காது. ஏதோ அத்தி பூத்தமாதிரி ஒரு கோயில் இருக்கும்.

சரி, இவர்கள் இப்படி இருக்கட்டும். வராஹ அவதாரம் எடுத்து கீழ் நோக்கிப் போன விஷ்ணு பெருமான். போய்க்கொண்டேயிருக்கிறார். கண்டுபிடிக்க முடியவில்லை. ஒரு கட்டத்தில் என்ன செய்தார்? ஒரு மணி எடுத்து காலில் கட்டிக் கொண்டு மேல் நோக்கி வந்துவிட்டார். மேலே வந்து சேர்ந்தார். வந்து உண்மையை ஒத்துக்கொண்டார். அய்யா நான் கீழே பார்க்க முடியவில்லை என்றார். இப்பொழுது பிரம்மனும் விஷ்ணுவும் சேர்ந்து ஒத்துக்கொண்டார்கள்.

உலகத்தில் அடிமுடி காணாத உயரமானவர் மிகப்பெரியவர் சிவபெருமான் தான் என்று, அந்த இருவரும் ஒத்துக் கொண்டார்கள். விஷ்ணுபகவான் கீழே சென்று மணி கட்டினார். அந்த மணி இன்றைக்கும் பார்த்தீர்களென்றால் தக்ஷிணாமூர்த்தி காலில் அந்த மணி இருக்கும். அது விஷ்ணு கட்டிய மணி. அடையாளத்திற்காக கட்டிய மணி. இருவரும் வந்து உண்மையை ஒத்துக்கொண்டார்கள். சிவன்தான் பெரியவர் என்று. ஆனால் சிவனுக்கான அந்த அக்கினி பிழம்பாக எரிந்துகொண்டிருப்பது அணையவேயில்லை. கந்தர்வர்கள் எல்லாம் இசைக்கிறார்கள். தேவர்கள் சாமவேதம் ஓதுகிறார்கள். இசைகள் முழங்க. சாமவேதம் முழங்க. அக்கினி பிழம்பாக இருந்த எம்பெருமான் அண்ணாமலையாக மாறுகிறார். அதுதான் அண்ணாமலை.

இது கதை. திருவண்ணாமலை தோன்றிய கதை. பிரம்மன் கேட்டவுடனேயே தாழம்பூ முடியாது என்று சொல்லியிருக்கலாம். வாழ்க்கையோட தத்துவம் அதுதான். பிடிக்கும். பிடிக்காது. முடியும். முடியாது. இந்த நான்கு சொல்லுக்குள் தான் அடங்கியிருக்கிறது அற்புதமான வாழ்க்கை. உங்களால் முடியும் என்றால் முடியும் என்று சொல்லுங்கள். முடியாதென்றால் முடியாதென்று சொல்லுங்கள். பிடிக்கும் என்றால் பிடிக்கும் என்று சொல்லுங்கள். பிடிக்கவில்லை என்றால் பிடிக்கவில்லை என்று சொல்லுங்கள். இந்தத் தெளிவு நமக்கு இருந்துவிட்டால்,

 அதிசயம் தரும் அண்ணாமலையார்

வாழ்க்கையில் நாம் தோற்கவே மாட்டோம். இவர்கள் கேட்டு விட்டார்களே, நாம் பிடிக்காது என்று சொன்னால் தவறாக நினைத்துக் கொள்வார்களே என்று நாம் நினைக்கும் போதுதான் தோற்றுப் போகிறோம். முடியாத காரியத்தை ஒத்துக்கொண்டு, இவர்களுக்காக முடியும் என்று சொல்லிவிட்டு வாழ்க்கையில் கஷ்டப்படுவதைக் காட்டிலும் முடியும், முடியாது, பிடிக்கும், பிடிக்காது என்று தெளிவாக இருந்துவிட்டால் வாழ்க்கையில் ஜெயித்துவிடலாம். தாழம்பூ செய்த தவறு அதுதான்.

அந்த இடத்தில் முடியாது என்று சொல்லியிருந்தால் தாழம்பூ தப்பித்திருக்கும். ஒரு மிகப்பெரிய வாழ்க்கையின் தத்துவம். இந்த இடத்திலே அடங்கியிருக்கிறது.

சிவபெருமான் அக்கினிப் பிழம்பாக இருந்து விட்டு அண்ணாமலையாக மாறிவிட்டார். பிரம்மன் மேல்நோக்கிப் போனான். அதுதான் மேல்மூச்சு. விஷ்ணு கீழ்நோக்கிப் போனான். அதுதான் கீழ் மூச்சு. எப்பொழுதுமே உள்ளிழுக்கிற மூச்சு. கொஞ்சமாக இருக்க வேண்டும். வெளியே போகிற மூச்சு நிறைய இருக்க வேண்டும். உள்ளே செல்கிற மூச்சு அன்னம் போல் மெதுவாகப் போகவேண்டும். வெளியே போகிற மூச்சு வராஹ மூச்சைப்போல நீளமாகப் போகவேண்டும். மிகப்பெரிய தத்துவம். மேல் மூச்சு. கீழ மூச்சு. உள்ளே போவது பிரம்மன். வெளியே வருவது விஷ்ணு. இந்த இரண்டுக்கும் நடுவே மூச்சுக்காற்றாக பிரம்மமாய் இருப்பது சிவ பெருமான்.

இதைப் புரிந்து கொண்டாலே போதும். திருவண்ணாமலையின் தத்துவம் தெரிந்துவிடும். உள்ளே வருவதும், வெளியே போவதும், நடுவில் நிற்கிற அக்கினி பிழம்பாக இருக்கிறவர்தான் சிவபெருமான். அந்த சாட்சியாக இருப்பது சிவபெருமான். இந்த சிவன் இப்படி இருக்கிறார். இவரை நினைத்தாலே மோட்சம் என்று சொல்வார்கள். திருவண்ணாமலையை நினைத்தாலே மோட்சம் என்கிறார்கள். அது என்ன? எப்படி நினைக்க வேண்டும்? திருவண்ணாமலையை எப்படி நினைத்தால் நமக்கு மோட்சம் கிடைக்கும் என்பதை அடுத்தப் பதிவில் பார்க்கலாம். நன்றி.

2

அனைவருக்கும் ஆத்மிக் ஞானகுருவின் அன்பு வணக்கங்கள்.

திருவண்ணாமலைப் பற்றி பார்த்துக்கொண்டிருக்கிறோம். திருக்கைலாயத்தில் ஒருநாள், சிவபெருமான் அமர்ந்திருக்கும் வேளையில், அன்னை பார்வதி தேவி விளையாட்டுக்காக சிவபெருமானின் இரு கண்களையும், இரு கரங்களால் பொத்திவிட்டாள். இது நடந்தது ஒரு நொடிதான். ஆனால், இந்த ஏழேழு உலகமும் இருண்டுவிட்டது. நமது பூவுலகில் பார்க்கையில் இது பல ஆண்டுகளாக நீடித்தது. கைலாயத்தில் ஒருநொடி என்பது பூமியில் பல ஆண்டுகளாக இருந்தது. இங்கு ரிஷிகளும், முனிவர்களும் செய்து வந்த தவம் நின்றுவிட்டது. அவரவர் செய்த கடமைகள் எல்லாம் நின்றுவிட்டன. இரண்டு கண்களைப் பொத்தியதனால், சூரியனும் சந்திரனும் களை இழந்துவிட்டன. அவரது நெற்றிக்கண் அக்கினிப் பிழம்பாய் இருந்தது குளிர்ந்துவிட்டது. ரிஷிகளும் முனிவர்களும் சிவனிடம் வேண்ட ஆரம்பித்தனர். அய்யா, என்ன நடந்துகொண்டிருக்கிறது என்று கேள்விமேல் கேள்விக்கேட்டு, சிவனிடம் தவமாய் தவமிருந்தனர். சிவனோ, கைகளை எடு என்று சொன்னவுடன் பார்வதி தேவி எடுத்துவிட்டாள்.

பெரியவர் செய்தாலும் பிழை, பிழைதான். “அனைவரது கடமையையும் நீ தடுத்துவிட்டாயே” என்று சினந்தார்

சிவபெருமான். பார்வதி தேவி வருத்தமுற்றாள். சிவனின் சாபத்திற்கு உள்ளானாள். "எல்லோருடைய கடமையையும் நீ நிறுத்திவிட்டாயே அதனால் நீ பூவுலகு சென்று தவமிரு. யாம் வந்து உன்னை ஆட்கொள்கிறோம்" என்று சபித்தார்.

பார்வதி தேவி பூவுலகிற்கு வந்தார். காசிக்குத்தான் முதலில் சென்றார்கள். அங்கே சென்று தவமிருந்தார்கள். பிறகு காஞ்சிபுரத்திற்கு வந்தார்கள். அங்கு கம்பா நதிக்கரையோரம் தவமிருந்தார்கள். மணலால் ஒரு லிங்கம் செய்தார்கள். அந்த லிங்கத்தை வைத்துக்கொண்டு பூஜை, புனஷ்காரம் எல்லாம் செய்து வந்தார்கள். அந்த நேரம் கம்பா நதியிலே மிகப்பெரிய வெள்ளம் வந்து, லிங்கத்தையும் அடித்துச் செல்ல முயற்சி செய்கையில் தனது இரண்டு கரங்களால் அந்த லிங்கத்தை கட்டிப்பிடித்துக் காப்பாற்றினார் பார்வதி தேவி. கம்பா நதி என்று ஒன்று இருந்தது. அதனால் தான் காமாட்சியைச் சொல்லுகிறபொழுது கம்பகாமாட்சி என்று சொல்லுவார்கள்.

இவளுடைய பக்தியை மெச்சி, சிவன் அசரிரீயாக ஒரு வார்த்தை சொன்னார். நீ இங்கு தவம் செய்தது போதும். திருவண்ணாமலைக்குச் சென்று தவம் செய் என்றார். பார்வதி தேவியும் திருவண்ணாமலைக்கு வந்தார். அங்கே சென்ற அன்னை அருணாச்சலத்தின் பெருமை முழுவதையும், கௌதம முனிவர் மூலம் அறிந்துகொண்டாள். பிறகு தவம் செய்யும் முறைகளையும் கற்றுக்கொண்டாள். கற்றுக்கொண்டு அங்கேயே அமர்ந்து தவம் செய்து வந்தார்.

இந்த நேரத்தில் எருமையின் முகம்கொண்ட மகிஷன் என்றொரு அசுரன் மகிஷாசுரன் என்று சொல்லுவார்கள். இந்த மகிஷாசுரன் தேவர் உலகத்தில், தேவர்களை மிகவும் இம்ஷித்தான். பிறகு அங்கிருந்து விரட்டப்பட்டு, பூலகில் வந்து இந்த பூமியிலேயே யாரும் தவம் செய்யக் கூடாது என்று எல்லோருடைய தவங்களையும் கலைத்த மகிஷாசுரன், அன்னைபார்வதிதேவியின்தவத்தையும்கலைக்கத்துவங்கினான்.

பார்வதி தேவி முதலில் சுரகுரு என்றொரு முனிவரின் மூலமாக நல்ல போதனைகளைச் சொல்லி அனுப்பினார். சுரகுரு சொல்வதை மகிஷாசுரன் கேட்கவில்லை. மீண்டும் மீண்டும் அவனது தொந்தரவு அதிகமாக இருக்கப்போய், பார்வதிதேவி துர்க்கையாக அவதரித்து, துர்கா அவதாரத்தில் மகிஷாசுரனை வதம் செய்தாள். அப்படி வதம்செய்யும் போது மகிஷாசுரன் கழுத்திலிருந்த லிங்கம் அன்னையின் கைகளில் ஒட்டிக் கொண்டது. எவ்வளவு முயற்சி செய்தும் அந்த லிங்கத்தை நீக்க முடியவில்லை. பிறகு, சிவனின் ஆலோசனைப்படி கங்கையிலே நீராடி, திருவண்ணாமலையை வலம் வந்து, கடுமையான தவம் செய்தபிறகு, சிவபெருமான் அன்னையை ஆட்கொண்டார். அது கார்த்திகை மாதம், கார்த்திகை நட்சத்திரம் வரும்நாளில் மலை உச்சியில் ஜோதியாக வந்து பார்வதி தேவியை ஆட்கொண்டார். அப்பொழுது தனது இடது பாகத்திலேயே ஒரு இடம் கொடுத்து அர்த்தநாரீஸ்வரராக மாறினார்கள் என்பது புராணம் சொல்லும் கதை.

இது, அற்புதமான தத்துவம் நிறைந்த ஒரு கதை. அன்னை பார்வதி தேவி சிவனின் கண்களை மூடியதின் காரணம். சக்தி என்பது மனம். மனம் என்பது சக்தி. இந்த சக்தி, சிவமாகிய இந்த உடலின் கண்களை மறைப்பதும் மாயை. இதைப் புரிந்துகொள்வதற்கு ஒரு பாக்கியம் வேண்டும். அந்த சக்தி ஆகிய மனம், கண்களை மறைத்துவிடுவது மாயை. அந்த மாயையை மறைத்ததனால் சிவம் விலக்கிவிடுகிறது சக்தியை. பிறகு இந்த மனம் தவம் செய்கிறது. தவம் செய்து அந்த சிவத்தை அடையவேண்டும் என்பதற்காக தவம் செய்கிறது. தவம் செய்யும்போது ஒருவர் நமக்கு வழிகாட்டவேண்டும். அன்னைக்கு கௌதம முனிவர் வழிகாட்டியது போல, நமக்கு ஒருவர் வழிகாட்டவேண்டும். அவர் தான் நமது குருநாதர். இந்த தவம் என்பது மன ஒருநிலைப்பாடு. இந்த மனஒருநிலைப்பாடு வந்தால்தான் மனம் சிவத்தை அடைய முடியும். அந்த தவம் செய்கிறபோது

ஒரு இடையூறு வரும். மன ஒருநிலைப்பாடு வராது. மனம் அங்கும் இங்கும் அலைபாயும். இந்த சக்திதான் மகிஷாசுரன்.

அப்படியென்றால், இந்த மனம் மகிஷாசுரனை வதம் செய்ய வேண்டும். மகிஷாசுரனை வதம் செய்ய வேண்டுமென்றால், துர்கா அவதாரம் எடுக்க வேண்டும். இங்கு துர்கா அவதாரம் என்பதுதான் தியானம். கடுமையான தியானம் செய்தால் மகிஷாசுரனை வெல்லலாம். மகிஷாசுரனை வெல்வதற்காக மனமாகிய சக்தி, துர்காவாகிய தியானத்தைச் செய்ய வேண்டும். தியானத்தைச் செய்கிறபொழுது, மகிஷாசுரனை வதம் செய்துவிடலாம். வதம் செய்துவிட்டால் எம்பெருமானாகிய சிவம் மனதை ஆட்கொண்டுவிடும்.

அது எப்படி ஆட்கொள்ளும்? மலை உச்சியில் ஜோதி வடிவமாகத் தோன்றி ஆட்கொள்ளும். மலை எங்கேயிருக்கிறது? மனிதான் தான் மலை. மலை உச்சி எங்கேயிருக்கிறது? தலைக்குள் இருக்கிற ஃபீனியல் கிளாண்ட். அந்த இடத்தில் ஜோதி வடிவமாகி எம்பெருமான் இந்த உடலை ஆட்கொள்வார். அதுதான் ஞானநிலை. இதை உணர்த்துவதற்காகத் தான், சக்திதேவி தவம் செய்கிறாள். மகிஷாசுரனை வதம் செய்கிறாள். பிறகு மலை உச்சியிலே சிவபெருமான் தோன்றி, சக்தியை ஆட்கொள்கிறார் என்பது இந்தக் கதை. தலை உச்சியில் அந்த ஃபீனியல் கிளாண்ட் இருக்கிற இடத்தில், ஒருஜோதி உருவாகி, ஞானநிலை அடைந்தால்தான் இது சாத்தியம் என்பதை அற்புதமாக விளக்குகிறது இந்தக் கதை.

இதைத்தான் திருவண்ணாமலையை நினைத்தாலே மோட்சம் என்று சொல்லுவார்கள். சும்மா நினைத்தால் மோட்சமில்லை. இந்தப் பயிற்சியெல்லாம் செய்து, தியானம் செய்து தலைக்குள் இருக்கும் அந்த இடத்தில் ஒரு ஜோதியைக் காண்கிறபொழுது, இந்தத் தவம் சிவத்தை அடையும் என்பதற்காகச் சொல்லப்பட்டது தான் இந்தப் புராணம்.

3

அனைவருக்கும் ஆத்மிக் ஞானகுருவின் அன்பு வணக்கங்கள். நாம் திருவண்ணாமலைப் பற்றி பார்த்துக் கொண்டிருக்கிறோம். திருவண்ணாமலை ஒரு அற்புதமான மலை. மனிதனாகப் பிறந்த ஒவ்வொருவரும் வலம் வந்து, இறைவனைக் காணவேண்டிய ஒரு அற்புதமான தலம் என்று சொல்லிக்கொண்டிருக்கிறோம்.

மாணிக்கவாசகர் பெருமான், சிவபுராணத்தில் சிவபெருமானைப் பற்றிச் சொல்லும்போது **நேயத்தே நின்ற நிமலனடி போற்றி / மாயப் பிறப்பறுக்கும் மன்னனடி போற்றி / சீறார் பெருந்துறை நம் தேவனடிப் போற்றி / ஆராத இன்பம் அருளும் மலை போற்றி** என்று சொல்கிறார். இந்தத் தலம், நால்வர்களாலும் பாடப்பெற்றத்தலம். அப்பர் ஒரு இடத்தில் சொல்கிறபொழுது, **தேடிச்சென்று திருந்தடியேத்து மின் நாடிவந்தவர் நம்மையும் ஆட்கொள்பவர் ஆடிப்பாடி அண்ணாமலை கைத்தொழ ஓடிப்போம் நமது வினைகளே** என்று சொல்கிறார். சைவத்தின் முதல் தலம் இது. நினைத்தாலே முக்தி தரக்கூடிய தலம். பிரம்மாவும், விஷ்ணுவும், துர்கையும் தவம் இருந்த தலம். மகிஷாசுரனை துர்கை அழித்த தலம். ஆறாறுத் தலங்களிலே இது மணிபூரகத் தலம். அருணகிரிநாதர் அவதரித்த தலம். முருகப் பெருமான் அவருக்குக் காட்சி அளித்து ஆட்கொண்ட தலம். எம்பெருமான் சிவன் அம்மனுக்கு இடது பாகத்தை அளித்து, அர்த்தநாரீஸ்வராக காட்சியளித்த தலம். திருப்புகழ் இங்கு தான் பாடப்பட்டது. அதனுடைய முதல் பாடல் இங்குதான் பாடப்பட்டது. திருவம்பாவை

இங்குதான் பாடப்பட்டது. யுகம் யுகமாய் அழியாது நிற்கக்கூடிய, உலகத்தின் முதல் மலை என்று அறிவியல் அறிஞர்களால் ஒப்புக்கொள்ளப்பட்ட மலை.

இந்த மலையின் சிறப்பைச் சொல்லிக்கொண்டே போகலாம். அவ்வளவு அற்புதமான ஒரு மலை. இங்கே மிகவும் சிறப்பான ஒரு நாள் என்று, கார்த்திகைத் தீபத்தைச் சொல்கிறோம். தத்துவார்த்தமான ஒரு நிகழ்வு. இந்த கார்த்திகைத் தீபத்தைப் புரிந்துகொண்டாலே போதும். ஒவ்வொரு மனிதனும் அந்த மலையை கிரிவலம் வருவதற்கான சூட்சுமத்தைத் தெரிந்து கொள்வான்.

கார்த்திகை தீபத்தின் போது பரணிதீபம் ஏற்றுவார்கள். அது யாகசாலை பூஜைகளுக்குப் பிறகு ஏற்றப்படுவது. இந்த தீபம் எதற்காக ஏற்றுகிறார்கள் என்றால், கார்த்திகைப் பெண்களை கௌரவிக்கும் விதமாக இது ஏற்றப்படுகிறது. பஞ்சமூர்த்திகளும் காத்துக் கொண்டிருப்பார்கள். காலையில் பரணிதீபம் ஏற்றப்படுகிறது. அதற்குப் பிறகு பஞ்சமூர்த்திகள் அங்கே வந்து காத்துக்கொண்டிருப்பார்கள். இப்படி அந்த நாள் முழுக்க சிறப்பாக நடந்துகொண்டிருக்கும். மாலைவேளையில் பஞ்சமூர்த்திகள் பதினாறுகால் மண்டபத்திலே இருந்து மலையைப் பார்த்தவண்ணம் அமர வைத்திருப்பார்கள். இது ஒரு சிறப்பான அம்சம். சிறிது நேரத்திலேயே வேகவேகமாக ஆலயத்தில் உள்ளே இருந்து அண்ணாமலையார் சன்னதிக்குள்ளே யிருந்து அர்த்தநாரீஸ்வரர் வெளியே வருவார். இந்த ஒருநாள் மட்டும் தான் அர்த்தநாரீஸ்வரர் அங்கிருந்து வெளியே வந்து அங்கே உள்ள கொடிக்கம்பத்தைச் சுற்றி மீண்டும் உள்ளே சென்றுவிடுவார். மிகப்பெரிய வேட்டுச்சத்தமெல்லாம் இருக்கும். இதைப் பார்த்தவுடனேயே மலைமீது கார்த்திகை தீபம் ஏற்றப்படும். அந்த கார்த்திகைத் தீபத்தை பார்த்தவுடனேயே மற்ற வீடுகளில் எல்லாம் தீபங்கள் ஏற்றப்படும். இது வழக்கமாக நடைபெறுகின்ற ஒரு விசேஷம். இந்த தீபம் ஏற்றுவதற்காக மலைமீது மிகப்பெரிய கொப்பரை ஒன்று வைப்பார்கள். இது தீபம் ஏற்ற பயன்படுத்துவதற்காகப் பயன்படுவது.

 அதிசயம் தரும் அண்ணாமலையார்

இந்த வெண்கலகொப்பரை, மைசூர் சமஸ்தான அமைச்சர், வெங்கடபதிராயரால் வழங்கப்பட்டது. 1745இல் வழங்கப் பட்டது. ஐந்தரை அடி உயரம், ஐந்தடி அகலமும் கொண்ட மிகப்பெரிய வெண்கல பாத்திரம். சுமார் இரண்டாயிரம் லிட்டர் நெய் பிடிக்கிற அளவுக்கு அந்த பாத்திரம் உள்ளது. 50மீட்டர் காடாத்துணி, 3 கிலோ கற்பூரமும் இதற்கு பயன்படுத்துகிறார்கள். இதனுடைய சிறப்பு என்னவென்றால் தீபத்தினுடைய வெளிச்சம் 20 கிலோமீட்டர் வரை தெரியும். 11 நாட்கள் இந்த தீபம் அணையாமல் எரியும் என்றும் சொல்கிறார்கள். நமக்குத் தெரிந்து சபரிமலையிலும், திருவண்ணாமலையிலும் தான், ஜோதி வழிபாடு செய்து கொண்டிருக்கிறார்கள். அப்படியொரு அற்புதமான ஒரு நாள் கார்த்திகைத் திருநாள். இந்த கார்த்திகை திருநாளுக்கானக் காரணத்தை அடுத்தடுத்த பதிவுகளில் நாம் காணலாம்.

இப்பொழுது, இந்த கார்த்திகை தீபத்தின் போது நாம் என்ன செய்யவேண்டும்? கார்த்திகை தீபத்தின் போது திருவண்ணாமலை வருகிறவர்கள், தீபத்தைப் பார்க்கவேண்டும். மலைவலம் வரவேண்டும். கிரிவலம் வரவேண்டும். அப்படி வரும்போது ஏழேழு ஜென்மத்தில் செய்த பாவங்கள் எல்லாம் போய்விடும். கார்த்திகை தீபத்தன்று கிரிவலம் வந்தால், அசுவமேதை யாகம் செய்த பலனைப் பெறலாம் என்று தலபுராணம் சொல்கிறது

இதுபோக, ஞாயிற்றுக்கிழமை அந்த மலையைச் சுற்றிவந்தால் சிவலோக பதவி கிடைக்கும். திங்கட்கிழமை கிரிவலம் வந்தால் இந்திர பதவி கிடைக்கும். செவ்வாய்க் கிழமை வலம் வந்தால் கடன், வறுமை, பண நெருக்கடி இதெல்லாம் நீங்கிவிடும். புதன்கிழமை கிரிவலம், வந்தால் கலைகளில் ஜெயிக்கலாம். கலைகள் என்றால் ஓவியம், சிற்பம், சினிமாத் துறை, பாட்டு எழுதுவது, கவிதை எழுதுவது, புத்தகம் எழுதுவது, படிப்பு சம்பந்தப்பட்டது இதெல்லாம். புதன்கிழமை கிரிவலம் வந்தால் தேர்ச்சி அடையலாம். முக்தி வேண்டுவோரும் புதன்கிழமைதான் சுற்றவேண்டும் என்று முன்னோர்கள்

சொல்லியிருக்கிறார்கள். வியாழக்கிழமை கிரிவலம் வந்தால் ஞானம் கிடைக்கும். ஞானம் என்பது இந்த இடத்தில் எதைக் குறிக்கிறது என்றால், ஞானநிலை, கல்விஞானம், கேள்விஞானம் இதுபோன்ற அறிவுகளெல்லாம்

வேண்டுமென்றால் புதனும் வியாழனும் சுற்றிவரலாம். வெள்ளிக்கிழமை சுற்றிவந்தால் வைகுந்தம் அடையலாம் என்று ஒரு சொல் இருக்கிறது. சனிக்கிழமை சுற்றிவந்தால், பிறவிப்பிணி அகலும். அமாவாசை அன்றைக்கு கிரிவலம் வந்தால் மனக்கவலை, மனக்குழப்பம், மனநிலை சரியில்லாமல் இருப்பது, எதையாவது சிந்தித்துக்கொண்டிருப்பது, எதற்காகவாவது அடிமையாக இருப்பது இவர்களெல்லாம் அமாவாசை அன்று கிரிவலம் வந்தால் பலன் கிடைக்கலாம். பிரதோஷம் அன்றைக்கு கிரிவலம் வந்தால். நாம் செய்த எல்லா பாவங்களும் நீங்கும். சிவராத்திரி அன்றைக்கு கிரிவலம் வந்தால், பிறவிப் பிணி அகலும் என்று சொல்கிறார்கள். ஏகாதசி அன்றைக்கு மலை வலம் வந்தால் சகல பீடைகளும் நீங்கும். அஷ்டமி அன்றைக்கு மலைவலம் வந்தால் தீவினைகளெல்லாம் அகலும். மாதப்பிறப்பு அன்றைக்கு மலைவலம் வந்தால் பாவங்கள் மறையும். மாசிமகத்தின்போது கிரிவலம் வந்தால் தேவர்களுக்கு நிகரான ஒரு பதவி கிடைக்கும் என்று சொல்கிறார்கள்.

இதையெல்லாம்விட சிறப்பான நாள் பௌர்ணமி என்று ஒரு வாக்கு இருக்கிறது. அது என்ன காரணம் என்றால், பௌர்ணமி அன்றைக்கு சந்திரனுடைய முழு கதிர்வீச்சும் பூமியின்மீது இருக்கும். இது ஏற்கெனவே அக்கினிமலை. சந்திரனுடைய முழு கதிர்வீச்சும் அக்கினி மலையின் மீது படுகிற பொழுது, அங்கு ஒரு விளைவு இருக்கிறது. அந்த விளைவினை நாம் நுகரவேண்டும். திருவண்ணாமலை கிரிவலம் வருகிறபொழுது பௌர்ணமி அன்றைக்கு சந்திரனிலிருந்து வருகிற ஒளிக்கீற்று, அருணாச்சலமாகிய அக்கினி மலையின்மீது

 அதிசயம் தரும் அண்ணாமலையார்

படிந்து, அங்கிருந்து ஒரு விளைவு வருகிறது. அந்த கதிர்வீச்சுகளை, நாம் நடந்து செல்கிறபோது மொத்தம் 14கிலோ மீட்டர் ஆகும். 14 கிலோமீட்டரும் நாம் சுற்றி வருகிறபொழுது, அதை நுகர வேண்டும். நாம் உடன் வருகிறவர்கள்கூட பேசிக்கொண்டு, மனதை அங்கு இங்கு அலைபாய வைத்துவிட்டு, கிரிவலம் போவதெல்லாம் வேலைக்கே ஆகாது. முழுக்க முழுக்க அங்கிருந்து வரக்கூடிய கதிர்வீச்சை நுகரும் தன்மையோடு பஞ்சாட்சர மந்திரங்களையோ அல்லது சிவனைப் பற்றி சிந்தித்துக்கொண்டோநடந்தால்மட்டும்தான், பௌர்ணமிகிரிவலம் பலன் தரும். இதுரொம்ப முக்கியமான ஒரு வார்த்தை. பௌர்ணமி கிரிவலம் பேசிக்கொண்டே செல்வது, அங்கே அன்னதானம் கொடுத்தால் வாங்கிச்சாப்பிடுவது, ஏதாவது சாப்பிட்டுக்கொண்டே இன்னும் எவ்வளவு தூரம் இருக்கிறது என்று சலித்துக்கொண்டே நடப்பது, வேகவேகமாக நடப்பது அல்லது யாரையாவது கையைப் பிடித்துக்கொண்டே நடப்பது எல்லாம் வீண். ஒன்றே ஒன்றுதான். சந்திரனிலிருந்து வரக்கூடிய கதிர்வீச்சு அக்கினி மலையாகிய அருணாச்சலத்தின் மீது விழுந்து அதிலிருந்து விளையும் கதிர்களை நுகரவேண்டும். அந்த வார்த்தையை மிகவும் கவனிக்க வேண்டும். நமது உடலில் அதை ஏற்றவேண்டும். அப்படியென்றால் பஞ்சாட்சர மந்திரத்தைச் சொல்ல வேண்டும். சிவனைச் சிந்தித்துக்கொண்டு நடக்கவேண்டும். அப்படி நடந்தால் மட்டும்தான் பௌர்ணமி கிரிவலம் உங்களுக்குப் பலன் தரும்.

இந்த கிரிவலத்தை செவ்வாய் கிழமை செய்தால் சிறப்பு என்று மகான் சேஷாத்திரி சுவாமிகள் சொல்கிறார். கருமவினை அகலும், மோட்சம் கிட்டும் அப்படியெல்லாம் சொல்கிறார்கள். அது உண்மையும் கூட. எப்படி என்று பார்த்தீர்களென்றால் செவ்வாய்கிழமை துர்க்கைக்கு உகந்த நாள். இங்கு துர்கைதான் தவமிருந்து மகிஷாசுரனை அழித்தாள் என்று ஏற்கெனவே நாம் ஒரு பதிவில் பார்த்திருக்கிறோம். செவ்வாய்கிழமை கிரிவலம் வந்தால் மிகவும் சிறப்பு. அக்கினிக்குரிய கிரஹம் செவ்வாய். இந்த மலை ஒரு அக்கினி மலை. அக்கினிக்குரிய தினம் செவ்வாய்கிழமை. சிவபெருமானுக்கு செவ்வாய்கிழமை வழிபாடு நடக்கிறது இந்தக்கோயிலில். எனவே செவ்வாய்கிழமை

நீங்கள் வந்தால் கிரிவலம் வந்து அண்ணாமலையாரையும் உண்ணாமலையம்மனையும் வழிபட்டில் உங்களுடைய நிறைய பிரச்சினைகள் நீங்கும் என்பது ரகசியம். இது மிகவும் முக்கியமான ஒன்று. இப்படி நீங்கள் கிரிவலம் வந்து உங்கள் வாழ்க்கைக்குத் தேவையான விஷயங்களை அண்ணாமலையாரிடம் இருந்து பெற்றுக்கொள்ள வேண்டும் என்று நாங்கள் வாழ்த்துகிறோம்.

4

அனைவருக்கும் ஆத்மிக் ஞானகுருவின் அன்பு வணக்கங்கள்.

திருவண்ணாமலை பற்றி பார்த்துக்கொண்டிருகிறோம். திருவண்ணாமலையில் எவ்வப்போது கிரிவலம் வந்தால் என்னவெல்லாம் நடக்கும் கர்மவினை நீங்கும். நமது கஷ்டமெல்லாம் நீங்கும். இந்த லௌகீஹ வாழ்க்கையில் நமக்கு ஏற்படுகிற எல்லாவிதமான பிரச்சினைகளும் நீங்கும் என்பதை நாம் தொடர்ந்து வலியுறுத்திக் கொண்டிருக்கிறோம்.

அந்த வரிசையில் உங்களுடைய நட்க்ஷத்திரம் வரும் நாளில், நீங்கள் கிரிவலம் வந்தால் உங்களுடைய கரும வினைகளெல்லாம் நீங்கும் என்பது முன்னோர் வாக்கு. அதைப்போலவே ஆங்கில வருடத்தின் கடைசி மாதங்களில், குபேர கிரிவலம் என்று ஒன்று வரும். அந்த குபேர கிரிவலத்தின் போது, குபேரனே இங்கு கிரிவலம் வருவதாக நம்பப்படுகிறது. இந்த குபேர கிரிவலத்தில் நீங்கள் கலந்து கொண்டால், குபேர கிரிவலத்தின் போது நீங்கள் கிரிவலம் வந்து, அருணாச்சலரை வணங்கினால், உங்களுடைய பண நெருக்கடி எல்லாமே தீர்ந்து விடும். உங்களுடைய கடன், கஷ்டம், வேலையில்லாதத்தனம், பணம் இல்லாமல் கஷ்டப்படுவது, வறுமை எல்லாமே நீங்கிவிடும் என்று நம்பப்படுகிறது.

குபேர கிரிவலம் எப்போது வரும் என்று நமது அதிசய உலகம் குழுவிலே நாம் வெளியிடுவோம். நமது குழுவில் இருக்கக்கூடிய நிறைய பேர் அதிலே கலந்து கொள்வார்கள்.

நீங்களும் இந்த ஆண்டு எங்களோடு கலந்துகொள்ள இறைவன் உங்களுக்கு அருள் புரியட்டும்.

இந்த திருவண்ணாமலையில் இன்னும் ஒருசில செய்திகள் உள்ளன. மன்னன் வஜ்ராந்தகன் என்று ஒருவன் வாழ்ந்துவந்தான். அவன் திருவண்ணாமலையைச் சுற்றி அடிக்கடி வேட்டைக்குச் செல்வது வழக்கம். அப்படியொரு முறை அருணாச்சலத்தின் காட்டுக்குள்ளே வேட்டைக்குச் செல்கிறபொழுது ஒரு அழகான புனுகுப் பூனை ஒன்று இவனைக் கடந்துச்சென்றது. அழகான பூனை. அந்தப் பூனையின் உடலிலே ஒரு வெளிச்சம் இருந்தது. அதிலிருந்து ஒருவிதமான வாசனை வந்தது. நல்ல மறுமணம் வந்தது. இதைப் பார்த்ததும் வஜ்ராந்தக மன்னன் அதை விரட்டிப் பிடிக்கவேண்டும் என்று குதிரையிலேயே வேகமாகப் போனான். அந்த புனுகுப் பூனையும் வேகமாக ஓடியது. இவனும் விடவில்லை. விரட்டினான், இவன் விரட்ட விரட்ட, அது விரைந்தோடிக் கொண்டிருந்தது. ஒரு கல் தடுக்கி அந்தப் பூனை இறந்து விட்டது. அந்த பூனை இறந்த அதே நொடியில் இவன் சென்ற குதிரையும் கீழே விழுந்து இறந்து விட்டது. இவனுக்கு ஆச்சரியமாக இருந்தது. வஜ்ராந்தக மன்னனுக்கு. எப்படி இரண்டும் ஒரே நேரத்தில் இறந்தது என்று பார்த்துக்கொண்டிருக்கிற பொழுது, அந்த இரண்டுமே கந்தவர்களாக எழுந்து நின்றார்கள்.

அந்த கந்தவர்கள் என்பவர்கள் வானவர் உலகத்தில் வாழக்கூடியவர்கள். இவர்களைப் பார்த்தவுடனே மன்னர், எப்படி நீங்கள்? என்று அவர் கேட்டவுடனே அந்த பூனையும் குதிரையும் கந்தவர்களாக மாறி வானவர் உலகத்திற்குச் செல்ல தயாராக இருக்கும்பொழுது, அது இரண்டும் சொல்கிறது. துருவாச முனிவர் இந்த அழகான சோலைக்குள்ளே தவம் இருந்து கொண்டிருக்கும் பொழுது நாங்கள் உள்ளே வந்தோம். நாங்கள் உள்ளே வந்ததும் அவர்கள் தவம் கலைந்து விட்டது. அந்த கோபத்தில் எங்களைச் சபித்து விட்டார். சபித்தவுடன் பூனையும் குதிரையுமாக பிறந்து இந்த ஜென்மத்தில் படாதபாடு

பட்டுவிட்டோம். வஜ்ராந்தக மன்னன் என்பவனிடம் நீ குதிரையாக இருப்பாய். இந்த காட்டுக்குள்ளே பூனையாக இருப்பாய் என்று அவர் சபித்துவிட்டார். அந்த சாபத்தை, உள்வாங்கி இதுநாள் வரை கஷ்டப்பட்டுக் கொண்டிருந்தோம் உங்களால் தான் எங்களுக்கு மோட்சம் கிடைத்தது. நாங்கள் விடை பெறுகிறோம் என்று கிளம்பிவிட்டன. அப்பொழுது தான் வஜ்ராந்தக மன்னனுக்கு இந்த மலையின் அருமை தெரிந்தது.

பாவம் எவ்வளவு செய்தாலும் அதற்குப் பரிகாரம் உண்டு. ஆனால் சாபத்திற்கு பரிகாரம் கிடையாது. அதனால் தான் நாம் அடிக்கடிச் சொல்வோம். வாழ்க்கையில் பிறர் நம்மை சபித்துவிடாமல், நாம் வாழவேண்டும். யாராவது சபித்து விட்டார்கள் என்றால் அது மிகவும் கஷ்டமாகப் போய்விடும். சரி பாவத்திற்கு நிறைய பரிகாரம் இருக்கே, சாபத்திற்கு பரிகாரமே இல்லை என்றால், நாம் பெற்ற ஒரே ஒரு சாபத்திற்கு பரிகாரம் திருவண்ணாமலை.

இந்த உலகத்திலேயே. எப்படி என்ன சாபம்? அப்படியென்று நீங்கள் கேட்டீர்களேயென்றால் நாம் பட்டுக்கொண்டிருக்கிற அனைத்து கஷ்டங்களும் சாபத்தின் விளைவுகள் நமக்கு வேலை சரியில்லை. பண வருவாய் சரியில்லை. மனைவி சரியில்லை. கணவன் சரியில்லை. குழந்தை சரியில்லை. அப்பா அம்மா சரியில்லை. ஏதோ ஒன்று சரியில்லை. ஏதோ ஒரு துன்பத்தை நாம் யார் மூலமாக அனுபவித்துக் கொண்டிருக்கிறோமே, இதெல்லாம் என்ன? போன ஜென்மத்தில் நாம் பெற்ற சாபத்தின் விளைவு. பாவத்திற்கு பரிகாரம் உண்டு. சாபத்திற்கு பரிகாரம் இல்லை என்றபோதும், நாம் போன ஜென்மத்தில் பெற்ற சாபத்திற்கு, நாம் இந்த ஜென்மத்தில் பரிகாரம் தேடிக்கொள்ள நமக்குக் கிடைத்திருக்கிற அருமையான வாய்ப்பு திருவண்ணாமலை.

வஜ்ராந்தக மன்னன் இதைப் புரிந்து கொண்டான். சாபம்

போக வேண்டும் என்றால் திருவண்ணாமலைக்கு வரவேண்டும். அருணாச்சலத்தை தொழவேண்டும். அவரிடம் பாவமன்னிப்பு கேட்கவேண்டும். அவரிடம் சென்று கரும மன்னிப்பு வாசிக்கவேண்டும். ஏழேழு ஜென்மத்திற்கு இந்த ஆத்மா செய்த எல்லா பாவங்களையும் நீக்கும் வல்லமை அருணாச்சலத்திற்கு உண்டு.

வஜ்ராந்தகன் புரிந்துகொண்டான். நேராகச் சென்றான். தன்னுடைய மகன் ரத்னாந்தக பாண்டியனிடம் பதவியைக் கொடுத்தான். நாட்டை நீ பார்த்துக்கொள் என்று சொல்லி திருவண்ணாமலைக்கு வந்து துறவறம் பூண்டான். திருவண்ணாமலையிலேயே வாழ்ந்தான். சிவனைத் தொழுதான். அழுதான். இறுதியில் அவன் மோட்சம் அடைந்தான். இவன் மட்டும் அல்ல. சூரியன்கூட ஒருமுறை அசுரர்களால் பிடிக்கப்பட்டான். பிடிக்கப்பட்ட போது அவனிடமிருந்த பலம் இழக்கப்பட்டது. பலத்தையெல்லாம் இழந்துவிட்டான். இழந்த பின் நேராக பிரம்மாவிடம் சென்றான். பிரம்மாவைப் பார்த்தான். என்னப்பா அசுரர்களெல்லாம் சேர்ந்து இவ்வாறு செய்துவிட்டார்கள் என்று. ஆனால் பிரம்மா சொன்னார். எங்களுக்குள் ஒரு தடவை பிரச்சினை வந்தபோது நானும் விஷ்ணுவும் போய் நின்று அதற்கு தீர்வு கிடைத்த இடம் அருணாச்சலம். நீயும் அருணாச்சலத்திற்குப்போ. அங்கே சென்றால் உன்னுடைய பலம் கிடைத்துவிடும், என்று சொல்ல. சூரியன் திருவண்ணாமலைக்கு வந்து, அங்கே இருக்கக்கூடிய பிரம்ம தீர்த்தத்திலே மூழ்கி, எம்பெருமான் சிவனை வணங்கி, அவனுடைய பலத்தைத் திரும்பப் பெற்றான். அப்பொழுது அவன் ஸ்தாபித்த லிங்கம் தான் சூர்ய லிங்கம்.

இதே மாதிரி சந்திரன் தன்னுடைய வாழ்க்கையில் தட்சனின் சாபத்தைப் பெற்றான். நாம் ஏற்கெனவே சொன்னோம். சாபம் இருந்தால் அதை நீக்கும் வல்லமை அண்ணாமலைக்கே உண்டு. தட்சனுடைய சாபத்தைப் பெற்ற சந்திரன், தன்னுடைய ஒளியை இழந்துவிட்டான். அதைப் பெறுவதற்கு

திருவண்ணாமலைக்கு வந்து, கிரிவலம் வந்து அண்ணாமலையை வணங்கி அவன் தன்னுடைய பலத்தைப் பெற்றான். அவன் ஸ்தாபித்தது தான் சந்திரலிங்கம்.

அக்னி கூட ஒரு தடவை பிரம்ம ரிஷியின் சாபத்தைப் பெற்று, தன்னுடைய பலத்தை இழந்து இங்கே வந்து பலத்தைப் பெற்றது. அக்னி வழிபட்ட லிங்கம் தான் அக்னி லிங்கம் என்று சொல்கிறார்கள். இந்த உலகத்தையே தாங்கக்கூடிய வல்லமை ஆதிக்ஷேசனுக்கு உண்டு என்று சொல்வார்கள். ஆதிக்ஷேசன் தன்னுடைய பாவத்தைப் போக்கிக் கொண்ட இடம் அருணாச்சலம். இதே மாதிரி தன்னுடைய தகாத செயல்களினால், பிரர்த்தனன் என்று ஒரு அரசன் நீங்கள் கேள்விப்பட்டிருப்பீர்கள், பிரர்த்தனன் என்று ஒரு அரசன் இருந்தான். அவனும் கந்தர்வன் என்று ஒருவன் இருந்தான். இவர்கள் இரண்டு பேருமே தன்னுடைய வாழ்க்கையில் தேவையில்லாத செயல்களைச் செய்ததனால் பிரர்த்தனன் குரங்கு முகம் அடைந்து விட்டான். இந்த கந்தர்வன் புலி முகத்தை அடைந்துவிட்டான். இவர்கள் இரண்டுபேருமே திருவண்ணாமலைக்கு வந்து தாங்கள் பெற்ற சாபத்தை, வணங்கி மன்னிப்புக்கேட்டு, பழைய முகத்திற்கு வந்தார்கள் என்று புராணங்கள் சொல்கின்றன.

இந்திரன்கூட தன்னுடைய பாவ காரியங்களினால், பதவியை இழந்து சிவனிடம் சென்ற பொழுது சிவபெருமான் சொன்னது அண்ணாமலைக்குப்போய் வணங்கு, என்று சொல்லி அனுப்பினார். இந்த மலைக்கு வந்து, கிரிவலம் வந்து இந்திரன் மீண்டும் பழைய நிலைமைக்கு வந்தான் என்பது வரலாறு. இந்திரன் ஸ்தாபித்து வழிபட்ட லிங்கம்தான் இந்திர லிங்கம். இப்படி எல்லோருக்கும் பாவத்தைப் போக்கிய லிங்கம் அருணாச்சல லிங்கம். நமக்கு ஏதாவது பாவம், சாபம் ஏதாவது இருந்தால் நேரடியாக நாம் சென்று வணங்கவேண்டிய ஒரு மலை அண்ணாமலை. அண்ணாமலைக்குச் சென்று வாழ்க்கையில் ஆனந்தமாக வாழ்வோம்.

வருணலிங்கம்
நிருதிலிங்கம்
வாயுலிங்கம்
யேமலிங்கம்
குபேரலிங்கம்
அக்கினிலிங்கம்
ஈசானியலிங்கம்
இந்திரலிங்கம்

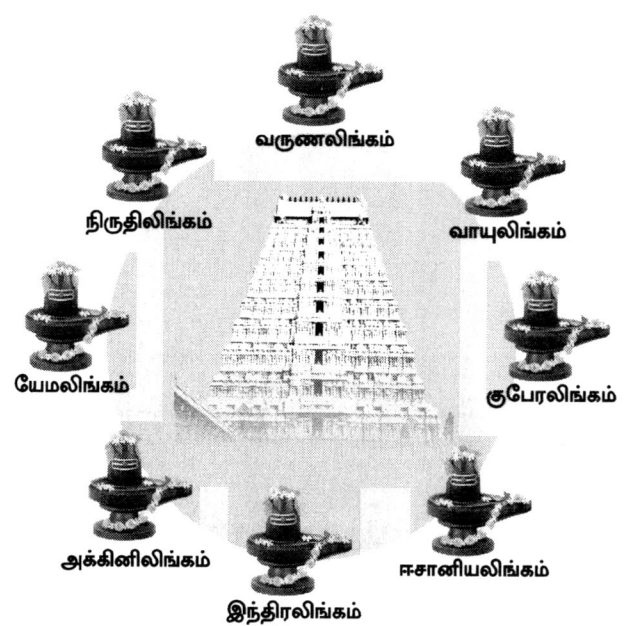

5

அனைவருக்கும் ஆத்மிக் ஞானகுருவின் அன்பு வணக்கங்கள்.

திருவண்ணாமலையின் கிரிவலம் பற்றி பார்த்துக் கொண்டிருக்கிறோம். கிரிவலம் என்பது இன்றைக்கு பெருமைமிகு செயலாக மாறிவிட்டது என்று சிலர் சொல்கிறார்கள். என்னவென்றால் கிரிவலம் போகிறோம் என்பதையே எல்லோரிடமும் பேசிக்கொண்டு, அந்த கிரிவலத்தை ஒரு ஆடம்பரமாக, சுற்றுலாத் தலமாக பார்த்துக்கொண்டிருப்பவர்கள் அதிகமாக இருக்கிறார்கள்.

கிரிவலத்தை எப்படி போகவேண்டும் என்று ஒரு விதி இருக்கிறது. கிரிவலத்திற்குப் போகிற பொழுது சுத்தமான மனதோடு போகவேண்டும். தூய்மையான ஆடை அணிந்திருக்க வேண்டும். அதற்காக ஒவ்வொரு கிரிவலத்திற்கும் புது புது ஆடை அணியச் சொல்லவில்லை. தூய்மையான ஆடை அணிந்திருக்க வேண்டும். மனதில் எந்த கெட்ட எண்ணமும் இருக்கக்கூடாது. இது முதல் விதி. அதற்கு அடுத்து நாம் கிரிவலம் போகிறபொழுது பக்கத்தில் இருப்பவர்களோடு பேசிக்கொண்டு செல்லக்கூடாது. இன்னமும் அழகாக தலபுராணம் சொல்கிறது. நமது பாதங்களை. அதாவது ஒரு அடி எடுத்து வைத்தோம் என்றால் அடுத்ததாக நம் கண்கள் அந்த மலையைப் பார்க்கவேண்டுமாம். எந்த மலையை திருவண்ணாமலையை. அடுத்த அடி எடுத்து வைக்கும்பொழுது நமது பார்வை அந்த மலையின் மீது இருக்கவேண்டும். உதடுகள்

அவனுடைய மந்திரத்தை உச்சரிக்கவேண்டும். பஞ்சுஷாட்சர மந்திரங்களைச் சொல்லவேண்டும். சிவனுடைய சிந்தனை உங்களுக்குள் இருக்கவேண்டும். எதற்காக போய் இருக்கிறோம்? எதற்காக இந்த கிரிவலம். கிரிவலத்தின் நோக்கம் என்ன? இதையெல்லாம் மனதிற்குள் வைத்துக்கொண்டு, நாம் செல்கிற கிரிவலம் தான் உண்மையான கிரிவலம்.

நிறைய பேரைப் பார்த்தீர்களேயானால், கையை வீசிக்கொண்டு செல்வார்கள். மனச்சோர்வோடு போவார்கள். அங்கேயும் இங்கேயும் திரும்பி பார்த்துக்கொண்டு, ஏதாவது விற்கிறார்களா? அதை வாங்குவோமா? அன்னதானம் யாராவது போட்டால் அதை வாங்குவோமா? யாராவது இலவசமாகக் கொடுத்தால் அதை வாங்கலாமா? இதெல்லாம் உங்களுடைய நோக்கமாக இருந்தால், நீங்கள் கிரிவலம் செல்வதே வீண். இதையெல்லாம் தூக்கி ஓரமாக வைத்துவிட்டு, முழுக்க முழுக்க நீங்கள் இறைவனுடைய சிந்தனையோடு கிரிவலம் போனால் அந்த கிரிவலம் முழுமைபெறும்.

அப்புறம் ஒருசிலர், அந்த கிரிவலத்தை எங்கே வேண்டும் என்றாலும் துவங்கலாம். எங்கே வேண்டுமென்றாலும் முடிக்கலாம். சிலரெல்லாம் பேருந்து நிலையத்தில் துவங்கி பேருந்து நிலையத்தில் முடிக்கிறார்கள். அது கிரிவலமே அல்ல. கிரிவலம் துவங்குவதற்கு ஒரு இடம் இருக்கிறது. கிரிவலம் நீங்கள் போகும்போது சாதுக்கள் நிறைய பேர் இருப்பார்கள். அவர்களுக்கு ஏதாவது வாங்கிக்கொண்டு சென்று அன்னதானப் பொட்டலத்தைக் கொடுத்தால் உங்களுடைய கர்ம வினை நீங்கும். உங்களுடைய பிரார்த்தனை நிறைவேறும்.

அதே மாதிரி நீங்கள் கிரிவலம் போகும் போது உங்களுக்கு முன்னாடி பின்னாடி போகிற சாதுக்களையெல்லாம் திட்டாதீர்கள். நிறைய பேரை நான் பார்த்திருக்கிறேன். போய்க்கொண்டேயிருக்கும் பொழுது சாதுக்கள் இடையில் வந்தால் திட்டுவார்கள். அப்படியெல்லாம் திட்டக்கூடாது. வருவது சாதுவா? சித்தரா என்று உங்களுக்குத்தெரியுமா? யார் வருகிறார்கள் என்று நமக்குத் தெரியவே தெரியாது. அதனால்

கிரிவலம் போகும்போது பக்கத்தில் சிவபெருமானே நடந்துவரலாம். அதனால் யாரையும் திட்டக்கூடாது. யாரையும் முறைக்கக்கூடாது. கோபப்படக்கூடாது. பொறுமையாக நடந்துச் செல்லவேண்டும். அங்கே வருகிற ஒவ்வொரு ஆத்மாவிற்கும் உங்களுடைய வணக்கங்களைக் கொடுத்துச் செலுத்தவேண்டும். ரொம்ப முக்கியம். வருகிறதெல்லாம் இறைவனுடைய ஆத்மாக்கள். அந்த எண்ணம் நமது மனதிற்குள் இருக்கவேண்டும். யார்மீதும் நமக்குக் கோபம் வரக்கூடாது.

அப்புறம் கிரிவலத்தின் போது உறவுகளோடு போவது, குடும்பம் குடும்பமாக போவது இதெல்லாம் நல்ல விஷயம். நல்ல நேர்மறையான ஒரு விஷயம். ஆனால், பேசிக்கொண்டு போகக்கூடாது. அங்கே போய் வீட்டைப் பற்றி பேசி, ஊர்க்கதை பேசி, அதெல்லாம் பேசுவதனால் இந்த கிரிவலத்தினால் உங்களுக்கு எந்தப் பயனும் கிடையாது.

பொதுவாக கிரிவலம் தொடங்குகிற பொழுது ஒரு காவல்தேவதை இருக்கும். அதை வணங்கிவிட்டுத்தான் ஆரம்பிப்பார்கள். அதேமாதிரி திருவண்ணாமலையில் இருக்கக்கூடிய காவல் தெய்வம் நமக்கு பூதம். இது பேருந்து நிலையத்திலிருந்து கொஞ்சம் தொலைவு சென்றீர்கள் என்றால் வரும். இரட்டை பிள்ளையார் தெரு என்று சொல்வார்கள். அந்தத் தெருவின் ஆரம்பத்தில் பூதநாராயணர் என்று ஒரு கோயில் இருக்கும். அந்த பூதத்தினுடைய திருவுருவத்தை வணங்கி விட்டு நாம் செல்லவேண்டும். இது கொஞ்சம் ஆச்சர்யமாகவும் இருக்கும். பூதத்தை வணங்கி விட்டு துவங்கவேண்டுமா? ஆமாம். பூதத்தை வணங்கிவிட்டு துவங்க வேண்டும். பூதம் நிறைய நேரம் நமக்கு நல்லதைச் செய்கிறது. சூரசம்ஹாரத்தின் போது முருகப்பெருமானுக்கு அன்டாரா என்ற ஒரு பூதம் உதவி செய்ததாக நாம் படிக்கிறோம். இந்த அன்டாரா என்ற பூதம் உதவி செய்தது என்றபொழுது திருப்பரங்குன்றத்தில் அன்டாராவுக்கு ஒரு சிலையே உண்டு. ஆனால் பூதம்தான் இங்கே காவல் தெய்வம். இந்தப் பூதத்தை வணங்கிவிட்டுத்தான் நாம் கிரிவலத்தைத் துவங்க வேண்டும்.

கொஞ்சதூரம் நடந்துச்சென்றால் இரட்டை பிள்ளையார் இருப்பார்கள். அந்த இரட்டைப் பிள்ளையார்களை வணங்கவேண்டும். அவரிடம் வணங்கி நாம் கிரிவலத்திற்கு போகிறோம் எங்களுக்கு நீங்கள் தானப்பா துணையாக இருக்கவேண்டும் என்று பூதத்தையும் இரட்டைப் பிள்ளையாரையும் அழைக்கவேண்டும். அப்படி கொஞ்சதூரம் நடந்துச்சென்றால், கிழக்கு கோபுரத்தின் ஒரு பகுதி வரும். அம்மனி அம்மாள் கோபுரம் உங்களுக்குத் தெரியும். கொஞ்சதூரம் நடந்துபோனால் ராஜகோபுரம் தெரியும். இதையெல்லாம் பார்க்கவேண்டும். இதையெல்லாம் பார்த்துக்கொண்டே தான் கிரிவலம் செல்லவேண்டும். அப்படியே தேரடிப் பாதையில் இடது பக்கம் சென்றீர்களேயானால் முனீஸ்வரர் சந்நிதி வரும். அந்த முனீஸ்வரர் சந்நிதியையும் வணங்கவேண்டும். அவரும் ஒரு காவல் தெய்வம். உங்கள் கிரிவலத்திற்கு இவர்களெல்லாம் உங்கள் கூட வரக்கூடியவர்கள். அதனால் இவர்களையெல்லாம் வணங்கி, நமது கிரிவலத்தைத் தொடங்க வேண்டும்.

6

திருவண்ணாமலையின் கிரிவலத்தில் அடுத்து நாம் பார்க்கக்கூடிய இடம் இந்திர லிங்கம். இந்திரன் சிவனை வழிபட்ட இடம். அவன் ஸ்தாபித்த லிங்கம் இந்திர லிங்கம். இந்த இந்திர லிங்கத்தை வணங்குவதனால், நம் உடலில் ஏதாவது ஒரு நோய் இருந்தால் அது நீங்கும். சிலருக்கு இனம் தெரியாத சில உடல் உபாதை இருக்கும். அந்த உபாதைகளெல்லாம் இந்த லிங்கத்தை வழிபாட்டால் நீங்கிவிடும் என்பது நம்பிக்கை. அதேமாதிரி காரிய தடைகள் ஏதாவது இருந்தாலும் அதுவும் நீங்கும். சிலர் உயர் பதவியில் இருக்கும் போது அந்த பதவி பறிபோய்விடுமோ என்று ஒரு அச்சம் இருந்தால், அவர்கள் வணங்கவேண்டிய லிங்கம் இந்திரலிங்கம்.

இந்திர லிங்கத்தை வழிபட்ட பிறகு நாம் கொஞ்சதூரம் நடந்துபோனோம் என்றால், அந்த இடத்தில் இருக்கிறார் நந்திகேசுவரர். இது ஒரு அதிகார நந்தி. இவரை கண்டிப்பாக வணங்க வேண்டும். இந்த கிரிவலத்தில் நாம் வணங்கவேண்டிய மிக மிக முக்கியமான ஒரு இடம் என்று நான் சொல்வது இந்த அதிகார நந்தியை. அடுத்து நாம் வணங்க வேண்டிய இடம் அக்னி லிங்கம். அண்ணாமலையாரே ஒரு அக்னி வடிவமானவர். அவரையே அக்னி தேவன் வழிபட்டான். அவன் வழிபட்டு ஸ்தாபித்த லிங்கம் அக்னி லிங்கம். இதை வணங்கவேண்டும். இதை வணங்கினால் கண் சம்பந்தப்பட்ட

நோயெல்லாம் நீங்கும். உடம்பில் ஏதாவது எரிச்சல் இருந்தால் நீங்கும். உடம்பில் அதிக நாட்கள் காய்ச்சல் இருந்து கொண்டே இருக்கிறது என்று சொல்கிறவர்கள், இந்த லிங்கத்தை வழிபட்டால் குணமாவார்கள். வாழ்க்கையில் ஒரு பிடிப்பே இல்லாமல் நான் வாழ்ந்து கொண்டிருக்கிறேன் என்று வாழ்க்கையின் மீது வெறுப்பு கொண்டவர்கள், இந்த லௌகீக வாழ்க்கையில் நன்றாக வாழவேண்டு என்று சொன்னால், அவர்கள் வணங்க வேண்டிய லிங்கம் அக்னி லிங்கம்.

அப்புறம் கொஞ்ச தூரம் சென்றால் ஒரு அக்னி தீர்த்தம் உள்ளது. அந்த அக்னி தீர்த்தத்தில் அரிச்சந்திர மகாராஜனுடைய சிலை இருக்கிறது. கிரிவலம் போகக்கூடிய ஒவ்வொருவரும் பார்க்கக்கூடிய ஒரு இடம் இந்த இடம்.

அதற்குப் பிறகு தட்க்ஷிணாமூர்த்தியுடைய ஒரு சந்நிதி. மௌனகுருவான தட்க்ஷிணாமூர்த்தியின் சந்நிதி அங்கே இருக்கிறது. அதை வணங்கவேண்டும். அதை வணங்கியவுடன் இந்த இடத்தில் ஒரு முக்கியமான ஒரு விஷயம் கவனிக்கவேண்டும். என்னவென்றால் இந்த சந்நிதியில் சாதுக்களுக்கு நிறைய சாப்பாடு போட்டுக் கொண்டிருப்பார்கள். ரமணமஹரிசி வாழ்ந்த காலத்தில் இந்த சாதுக்களுக்கெல்லாம் சாப்பாடு போட்ட பிறகு, இவர்களெல்லாம் சாப்பிட்ட பிறகுதான் அவர் சாப்பிடுவாராம். அந்த அளவு புனிதமான ஒரு இடம் இந்த இடம். இதில் முக்கியமாக கவனிக்க வேண்டிய விஷயம் என்னவென்றால், அதிர்வு அலைகள் ரொம்ப பாஸிட்டிவ்வாக இருக்கும் இந்த இடத்தில்.

இன்னும் கொஞ்சம் தள்ளிச் சென்றால், காளியம்மன் சந்நிதி இருக்கும். அதையும் வணங்க வேண்டும். அதற்குப் பிறகு நம் கண்களில் தெரிவது சேஷாத்திரி சாமிகளுடைய ஆஸ்ரமம். சேஷாத்திரி சாமிகள் காஞ்சிபுரத்தைச் சேர்ந்தவர். ஒரு ஜோசியருடைய மகன். அவரின் தந்தை இளம் வயதிலேயே இறந்துபோய்விட்டார். அதற்குப் பிறகு இவர்

ஆன்மீகத்தில் மிகவும் ஈடுபாடு கொண்டு இருந்தார். அடிக்கடி கடைகளுக்குள் போவார். கடைகளுக்குள் இருக்கும் பொருட்களைத் தூக்கி எறிவார். இவர் போய்விட்டு வந்தாலே அந்த கடையில் வியாபாரம் மிகவும் நன்றாக இருக்கும் என்று சொல்வார்கள். இவர் தொட்டதெல்லாம் துலங்கும். ஒரு கடையில் இவர் முதன் முதலாக வந்து வாங்கினாரென்றால் அன்றைக்கு அந்தக் கடையில் நாள் முழுக்க நல்ல வியாபாரம் நடக்கும் என்று நம்பப்பட்டது. ஒரு பித்துப்பிடித்த நிலையில் சேஷாத்திரி சுவாமிகள், அந்தப் பக்கம் இந்தப் பக்கம் சுற்றிவிட்டு ஒருவழியாக திருவண்ணாமலைக்கு வந்துவிட்டார். திருவண்ணாமலைக்கு வந்து திருவண்ணாமலையிலேயே கடைசி காலம் வரைக்கும், வேறு எங்கேயும் செல்லாமல் வாழ்ந்த மகான் இவர்.

இவர் நிறைய பேரை கிரிவலம் போக வைத்திருக்கிறார். கிரிவலம் போக வைத்து கிரிவலத்தைச்சுற்றி வாருங்கள். அண்ணாமலையாரை வணங்குங்கள் என்று சொன்ன பெருமை

இவருக்கு நிறைய வந்து சேரும். இவருடைய ஆஸ்ரமம் கண்டிப்பாக பார்க்கவேண்டிய ஒன்று. உள்ளே சென்றால் ஒரு விநாயகப்பெருமானுடைய சந்நிதி இருக்கும். அவரை வணங்கிவிட்டு உள்ளே சென்றால் தாமரை பீடத்துடன் கூடிய ஒரு பிரதான தியான மண்டபம் இருக்கும். ஒரு அற்புதமான இடம். இதையெல்லாம் பார்க்கவேண்டும். இவருடைய சமாதியை வணங்கிய பிறகு நாம் வெளியில் வந்து கொஞ்சதூரம் சென்றோம் என்றால், அடுத்து வரக்கூடியது ரமணாஸிரமம். சேஷாத்திரி சுவாமிகள், ரமணாசிரம சுவாமிகள் இவற்றை ஒட்டிய 22 ஜீவசமாதிகள் உள்ளன என்பது மிகவும் குறிப்பிடத்தக்க ஒன்று.

மாசில் வீணையும் மாலை மதியமும்
வீசு தென்றலும் வீங்கிள வேனிலும்
மூசு வண்டறை பொய்கையும் போன்றதே
ஈச னெந்தை யிணையடி நீழலே

7

ரமணர் ஆசிரமம்

அனைவருக்கும் ஆத்மிக் ஞானகுருவின் அன்பு வணக்கங்கள்.

திருவண்ணாமலை கிரிவலத்தில் இப்போது நாம் ரமணர் ஆசிரமத்தில் நிற்கிறோம். ரமணர் பற்றி நீங்கள் நிறைய தெரிந்திருப்பீர்கள். ரமணர் திருச்சுழியில் பிறந்தவர். திண்டுக்கல், மதுரை என்று தன் இளங்கல்வியைத் தொடர்ந்தவர். அவர் வாழ்க்கையிலே நிறைய மனிதர்களை சந்தித்தவர். இளம் வயதில் நிறைய உறவினர்களையெல்லாம் சந்தித்தவர். அவர் மதுரையில் இருக்கும்போது ஒருநாள் அவர் வீட்டிற்கு வந்த உறவினர் ஒருவர், அவரது பெயர் அருணாச்சலம். இந்தப் பெயரைக் கேட்டதுமே, ரமணரின் ஆழ்மனதிற்குள் ஏதோ ஒரு மாற்றம் நிகழ்ந்திருக்கிறது. ரமணர் உடனே கேட்கிறார், “இந்தப்பெயரை இதற்கு முன்பாக நான் கேள்விப்பட்டதேயில்லையே, நீங்கள் எங்கிருந்து வருகிறீர்கள்?” என்று கேட்கிறார். அவர் வந்த இடத்தையெல்லாம் சொல்கிறார். அருணாச்சலம் என்றால் என்ன அர்த்தம் என்று கேட்கிறார். அருணாச்சலம் என்றால் திருவண்ணாமலையில் இருக்க கூடிய சிவனுடைய பெயர் என அவர் விளக்கம் தருகிறார். அவருடைய வயதிற்கு ஏற்றமாதிரி ஒரு விளக்கத்தை அவர் கொடுத்துவிட்டுப் போனதிலிருந்து இந்த வெங்கட்ர

மணனுக்கு மனதிற்குள் ஏதோ திருவண்ணாமலைக்குப் போகவேண்டும் என்ற உந்துதல் அதிகமாக இருந்தது.

அதிலிருந்து அவருடைய மனமெல்லாம் திருவண்ணாமலை மேலேயே இருந்தது. ஒருநாள் அவர் படுத்திருந்தார். படுத்திருக்கிறபொழுது இப்படியே இறந்துவிட்டால் இந்த உடலைப் புதைத்துவிடுவார்கள் அல்லது எரித்துவிடுவார்கள். இருக்கும்பொழுது பெயர் சொல்கிறார்கள் இறந்த பிறகு சவம் என்கிறார்கள். ஒருவேளை இறந்துவிட்டால் இந்த உடலை எரித்துவிடவோ புதைத்துவிடவோ செய்கிறார்களே, இந்த உடலுக்குள் இருக்கிற இன்னொன்று என்ன செய்யும் என்று கேள்வி வருகிறது. இங்குதான் அவருடைய ஞானத்தேடலின் தொடக்கம். உடல் இருக்கும்பொழுது ஆட்டம்போடுகிறது. அடங்கிவிட்ட பிறகு அடக்கம் செய்கிறார்கள். அடக்கம் செய்தபிறகு அடங்க மறுக்கிற இந்த உடலுக்குள் இருக்கிற ஒன்று எங்கே போகிறது? என்பதுதான் ரமணருடைய கேள்வி. வெங்கட்ரமணருடைய மிகப்பெரிய கேள்வி இது. உடல் போனபிறகு உள்ளுக்குள் இருப்பது எங்கே போகும்? அது என்ன?

இதற்கு பிறகு அவரால் வீட்டில் இருக்க முடியவில்லை. உடனே புறப்படுகிறார். அவர் அண்ணனுக்கும் இவருக்கும் பள்ளியிலே பணம் கட்டச் சொல்லி ஐந்து ருபாய் தருகிறார்கள். அதில் அண்ணனுடைய பங்கை வைத்துவிட்டு இவருடைய பங்கை மட்டும் எடுத்துக்கொண்டு திருவண்ணாமலைக்குப் புறப்பட்டு போய்விடுகிறார். திருவண்ணாமலைக்கு மிகவும் கஷ்டப்பட்டு போகிறார். மாம்பலப்பட்டு என்கிற ஊரில்

இறங்கி, அங்கிருந்து நடக்கிறார். பிறகு ஒரு வீட்டில் அமாவாசை விரதம் விடுகிறார்கள். அந்த வீட்டிலே சாப்பாடு போடுகிறார்கள். சாப்பிடுகிறார். காதிலே போட்டிருக்கும் கடுக்கனை கழட்டிக்கொடுத்துவிட்டு காசு கேட்கிறார். அவர்கள் காசு தருகிறார்கள். இப்படி நிறைய கஷ்டங்களைப் பட்டபிறகு திருவண்ணாமலைக்குப்போகிறார். திருவண்ணாமலைக்குப் போன உடனே முதலில் அவர் தலையில் இருக்கிற முடியை எடுத்துவிடுகிறார். ஏனென்றால் இந்த உடம்புக்கு முடி அவசியமேயில்லை. முடி எடுத்தபிறகு ஆடைகளையெல்லாம் களைந்தபிறகு, எல்லா ஆடைகளையும் கழட்டி எறிந்துவிட்டார். மீதி கையில் இருக்கிற காசைத் தூக்கித் தெப்பக்குளத்தில் போட்டுவிடுகிறார். ஒரு சின்ன கோவணத்தை மட்டும் கட்டிக்கொண்டு அண்ணாமலையார் கோயிலுக்குள் போக புறப்படுகிறார். புறப்பட்ட பிறகு முடி எடுத்த கையில் குளிக்கவேண்டும் இல்லையா? குளிக்கலாம் என்று நினைக்கிற போது வெங்கட்ராமன் மனதிற்குள் இந்த உடம்புக்கு குளியல் ஒரு கேடா? என்று நினைக்கிறார். மழை பெய்கிறது. அப்படியே அண்ணாமலையாருடைய ஆலயத்திற்குள்போகிறார். அப்பன் அருணாச்சலத்தை நேருக்குநேராகப் பார்க்கிறார்.

அதற்குப் பிறகு தவம். கடுமையான தவம். காடு, மேடு, பாதாலலிங்கம் என்று எங்கெல்லாம் வாய்ப்பிருக்கிறதோ அங்கெல்லாம் தவமிருக்கிறார். அப்பொழுது நிறைய இன்னல்களைச் சந்தித்தார். திருவண்ணாமலை ஆலயத்திற்குள் இருக்கக்கூடிய பாதால லிங்கம் இடத்தில் தவம் பண்ணும்போது குழந்தைகள்கூட கல்லைவிட்டு எறிவது. இந்த மாதிரி நிறைய பிரச்சனைகளை ஆங்காங்கே சந்திக்கிறார். அதன்பிறகு உடம்பெல்லாம் எறும்புகள் இவையெல்லாம் ஏறியவுடன், அங்கிருந்து அப்புறப்படுத்தி அய்யாவை கொண்டுவந்து மலையடிவாரத்தில் உட்கார வைக்கிறார்கள். அங்கிருந்து விருப்பாச்சி குகையில் இருந்து தவமிருக்கிறார்.

ஆரம்பத்தில் இவர் பேசாமல் இருந்ததனால் இவருடைய பெயர் மௌனகுருவாகவே சொல்லப்பட்டது. மௌனசாமி, பிராமண சாமி இப்படியெல்லாம் இவர்களைச் சொல்லியிருக் கிறார்கள். அங்கேயே தவம். கடுமையான தவம். கூட கணபதி சுவாமிகள், பழநி சுவாமிகள் என நிறையபேர் இவருக்கு ஆரம்ப காலத்தில் சீடர்களாக இருந்திருக்கிறார்கள். ரொம்ப வம்படியாகப் பிடித்து பாலை வாயில் ஊற்றிவிடுவது. இப்படியெல்லாம் செய்திருக்கிறார்கள். ஏனென்றால், சாப்பிட மாட்டார் பேசமாட்டார் இப்படியெல்லாம் இருந்திருக்கிறார். ரொம்பநாள் கழித்து மௌனம் கலைத்து பேசத்தொடங்கினார். பேசத்தொடங்கியபோது அற்புதமான பொன்மொழிகள், ஞானக்கருத்துக்களை இவர் விதைத்தார். நிறைய கருத்துகளைச் சொன்னார். நிறைய பேசினார். இவருடைய கருத்துக்களிலிருந்து நாம்புரிந்துகொள்ள வேண்டிய ஒன்றே ஒன்று. இவர் அடிக்கடிச் சொல்வது நான் யார்? நான் யார்? என்று ஒவ்வொருவரும் ஆத்ம விசாரம்பண்ணவேண்டும். நான் யார் என்று ஒவ்வொருத்தரும் கேட்க ஆரம்பித்துவிட்டால், எல்லா பிரச்சினைகளுக்கும் தீர்வு கிடைத்துவிடும் என்றார். இதை ஆத்ம விசாரணை என்று சொல்கிறார்கள். இவர் பேச ஆரம்பித்தவுடனே எல்லோரும் நான்யார்? நான் யார்? என்று கேட்டு அந்த ஆத்ம விசாரணை பயிற்சியை இன்றைக்கு வரைக்கும் செய்துகொண்டிருக்கிறார்கள். நாம் யார் என்று கேட்டோம் என்றால், ஒரு விடை கிடைக்கும். நாம் சண்டையில் கேட்போம். நான் யார்? தெரியுமா? என்று கேட்போம். உண்மை என்னவென்றால் நான் யார் என்று தெரிந்தால், நாம் பேசவே மாட்டோம். நமக்கு கோபமே வராது.

இதைத்தான் ரமண மகரிஷி சொன்னார். நான் யார் என்று கேட்கச் சொன்னார். நிறைய உயிர்களின் மீது, அனைத்து உயிர்களின் மீதும் அன்பு கொண்டவர். நாய், பசு, குரங்கு இப்படி எல்லா உயிர்களின் மீதும் ரொம்ப அன்பு கொண்டவர். அங்கே வாழ்ந்த லெக்ஷ்மி என்ற ஒரு பசு, உடல்நிலை

சரியில்லாமல் இருக்கும்போது அதன் தலையை தன் மடியில் வைத்து தடவிக்கொண்டு அதற்கு விடைகொடுத்தவர். அது அப்படியே உயிர் பிரிந்தது. அதற்கு அங்கே சமாதி கட்டினார். அவர் வளர்த்த குரங்குக்கு சமாதி கட்டினார். காகத்திற்கு சமாதி கட்டினார். இப்படி எல்லா உயிர்களின் மீதும் அளவுகடந்த பாசம் கொண்டவர் ரமணர்.

ரமணர் எழுதிய புத்தகங்கள் அங்கே இருக்கிறது. ரமணருடைய கருத்து உலகமெங்கும் இன்றைக்கெல்லாம் வியாபித்திருக்கிறது. ரமணாசிரமத்தைப் பார்ப்பதற்கு அயல் நாடுகளிலிருந்து கூட்டம் கூட்டமாக வருகிறார்கள். அவர்களெல்லாம் தங்களுக்குள் கேட்டுக்கொள்கிற ஒரே ஒரு கேள்வி. நான் யார்? நான் யார்? நான் யார்? இதைத்தான் கேட்கிறார்கள். இதைத்தான் நாமும் வலியுறுத்தி வருகிறோம்.

நான் யார்? நான் யார்? என்று கேட்டால் இந்த உடல் தன் பெயரைச் சொல்லும். இன்னாருடைய மகன் என்று சொல்லும். இந்த ஊர்க்காரன் என்று சொல்லும். இனத்தைச் சொல்லும். மொழியைச் சொல்லும். மதத்தைச் சொல்லும். எல்லாவற்றையும் தாண்டி உள்ளே போனோம் என்றால் ஒரு ஜோதி தெரியும். அந்த ஜோதிதான், கார்த்திகை மாதம், கார்ததிகை நக்ஷசத்திரத்தன்று அருணாச்சலத்திலே எரிகிற ஜோதி. அந்த ஜோதி நமது உடலுக்குள் எங்கே இருக்கிறது என்று ஏற்கெனவே ஒரு பதிவில் நாம் சொல்லியிருக்கிறோம். நான் யார்? நான் யார்? என்று கேட்டுக்கொண்டேயிருந்தால், கடைசியில் அந்த கேள்வி அந்த ஜோதியில் சென்று முடியும். அந்த ஜோதியில் முடிந்து, தெளிவடைந்தால் அதுதான் ஞானநிலை என்று சொல்லப்படுகிறது.

இப்படி ரமணர் இங்கே வாழ்ந்து வந்தார். அவர் வாழ்ந்த விருப்பாச்சி குகை, அவர் வாழ்ந்த இடங்கள் இவையெல்லாம் அந்த ஆஸ்ரமத்துக்குள்ளே இருக்கிறது. அவருடைய ஜீவசமாதி அங்கே இருக்கிறது. இவர் புற்றுநோயால் மிகவும்

அவதிப்பட்டவர். தன் உடல் முக்கியம் அல்ல என்று நினைத்து. ஆத்மாவுக்கே மிகவும் முக்கியத்துவம் கொடுத்த ரமண மகரிஷியின் இறுதி காலம் புற்றுநோயால் பாதிக்கப்பட்டு, அவர் உடல் இந்த மண்ணை விட்டுச் சென்றது. அவருடைய இறுதிகாலத்தில் அவர் உடல் அந்த ஆத்மாவை விடும்போது வானத்தில் ஒரு ஜோதி தெரிந்ததாக இங்கிலாந்து நாட்டு எழுத்தாளர் பால்பிரிண்டன் சொல்வார்.

இப்படி அவருடைய ஜீவசமாதிக்குப் பிறகு அவருடைய சீடர்கள் அந்த ஆசிரமத்தை நிர்வகித்து வருகிறார்கள். ஒரு அருமையான அற்புதமான ஆசிரமம். திருவண்ணாமலை கிரிவலத்தின்போது நாம் வெளியிலே நின்று வணங்கிவிட்டு கிரிவலத்தைத் தொடரலாம். சிலருக்கு நேரம் இருக்கிறது என்றால் கண்டிப்பாக ரமணாசிரமத்திற்குப் போய் ரமணருடைய ஆசியைப் பெற்றுக்கொண்டு கிரிவலத்தைத் தொடர்வது மிகவும் நல்லது. ஏனென்றால், ரமணர் இன்னும் அந்த இடத்தில் இருந்துகொண்டு நமக்கு அருளாசிகளை வழங்கிக் கொண்டிருக்கிறார்கள்.

8

அனைவருக்கும் ஆத்மிக் ஞானகுருவின் அன்பு வணக்கங்கள்.

திருவண்ணாமலை கிரிவலம் பற்றி பார்த்துக் கொண்டிருக்கொண்டிருக்கிறோம். ரமணருடைய ஆசிரமத்திற்கு அடுத்ததாக நாம் பார்க்கவேண்டிய ஆஸ்ரமம், யோகி ராம்சுரத்குமார் ஆஸ்ரமம். கிரிவலப் பாதையிலேயே இதெல்லாம் இருந்தாலும், இவர்களைப் பற்றியும் நாம் தெரிந்துகொண்டு கிரிவலம் நடக்கையில், நமக்குள் ஒரு மிகப்பெரிய மாற்றம் நிகழ்வது உண்மை. அதனால்தான் கிரிவலப்பாதையில் இருக்கக்கூடிய ஜீவசமாதிகள் பற்றியும், முக்கியமான கோயில்கள் இடங்கள் பற்றியும் நாம் தொடர்ந்து பேசிக்கொண்டிருக்கிறோம்.

அந்த வரிசையில், இன்றைக்கு நாம் பார்க்க இருக்கிற மகான் யோகி ராம்சுரத்குமார். உத்திரபிரதேச மாநிலத்தில் நர்தரா என்கிற ஊரில் பிறந்து வளர்ந்தவர், யோகி ராம்சுரத் குமார். இவருடைய இயற்பெயர் ராம்சுரத் குன்வர். குன்வர் என்பது அவருடைய குடும்பப் பெயர். இளமையிலேயே இவருக்கு ஒரு ஞானவேட்கை இருந்திருக்கிறது. அடிக்கடி கங்கை கரையில் போய் அமர்ந்துகொள்வது. கங்கையை வெறித்துப் பார்த்துக்கொண்டிருப்பது. இதெல்லாம் இவர் வழக்கமாக வைத்துக்கொண்டிருக்கிறார்.

யோகி ராம்சுரத்குமார் இளம் வயதிலேயே இமயமலை, காசி போன்ற புன்னிய இடங்களுக்கெல்லாம் போய் வந்திருக்கிறார். கல்லூரி படிப்பை முடித்திருக்கிறார்.

முடித்ததுமே அவருக்குத் திருமணம் செய்து வைக்கப்பட்டது. திருமணம் செய்து வைக்கப்பட்டாலும், லௌகீக வாழ்க்கையில் அவர் மனம் லயிக்காமல் அங்கிருந்துப் புறப்பட்டு தென்னிந்தியாவிற்கு வந்தார்.

அவர் திருவண்ணாமலைக்கு வந்து பகவான் ரமணரையும், பாண்டிச்சேரிக்குப் போய் ஸ்ரீஅரவிந்தரையும் பார்த்திருக்கிறார். அதற்கு பிறகு கேளராவில் உள்ள சுவாமி இராமதாஸைப் போய் பார்த்திருக்கிறார். இந்த இடத்தில் இரண்டுவிதமான கருத்துகள் நிலவுகிறது. ஒன்று இராமதாசரை இவர் பார்க்கிறபொழுது, இராமதாசர் இவரை விரட்டி அடித்ததாகவும், போடா பிச்சக்காரா என்று சொன்னதாகவும், பிச்சக்காரா என்ற ஒரு வார்த்தையை மட்டும், இவர் மனதுக்குள் எடுத்துக் கொண்டு நான் ஒரு பிச்சக்காரன், நான் ஒரு பிச்சக்காரன் என்று சொல்லி சொல்லியே ஞானநிலை அடைந்ததாவும் ஒரு சாரார் சொல்லி வருகின்றனர். இன்னொரு சாரார் என்ன சொல்கிறார் என்றால் இராமதாசரை இவர் சென்று சந்தித்தார். இராமதாசரைப் பார்த்தவுடனே, இராமதாசர் இவருடைய காதில் வந்து ஓம் ஸ்ரீராம், ஜெய்ராம் ஜெய்ஜெய்ராம் என்றொரு மூல மந்திரத்தை சொல்லிக் கொடுத்ததாகவும், அந்த மந்திரத்தைத் தொடர்ந்து இவர் உச்சாடனம் செய்ததனால் ஞானநிலை அடைந்தார் என்றும் இரண்டு விதமான கருத்துக்கள் நிலவுகின்றன.

யோகி ராம்சுரத்குமார் திருவண்ணாமலைக்கு வந்து நிரந்தரமாக தங்கிவிட்டார். அதன் பிறகு இவரைச் சந்திக்கிற பக்தர்களுக்கு இவர், திருவண்ணாமலைக்கு வருகிறவர்கள் வெறும் கையில் திரும்புவதில்லை. அப்பன் சிவபெருமான் அருளோடுதான் அவர்கள் திரும்பிச் செல்கிறார்கள் என்று இவர் அடிக்கடி சொல்லியிருக்கிறார்.

திருவண்ணாமலைக்கு வருகிறவர்களை, இவரைச்சந்திக்கிற பக்தர்களை கிரிவலம் செல்லவேண்டும் என்று ஊக்கப்படுத்தியிருக்கிறார். அந்த வரிசையில், இவரும் கிரிவல பாதையில் அமர்ந்து அனைவரும் கிரிவலம் செல்லவேண்டும் என்ற கருத்தை வலியுறுத்தியிருக்கிறார் என்பது புரிகிறது.

 அதிசயம் தரும் அண்ணாமலையார்

யோகி ராம்சுரத் குமார் இங்கே வந்து அமர்ந்து பக்தர்களுக்கு ஆசிகளை வாரி வழங்கியிருக்கிறார். 2001 பிப்ரவரி 20ஆம் தேதி இவர் மஹாசித்தி அடைந்திருக்கிறார். இவருடைய ஆசிரமம் பார்க்கவேண்டிய ஒரு ஆசிரமம். இந்த ஆசிரமத்தில் இருக்கக்கூடிய நேர்மறையான அலைகளை நாம் நுகரவேண்டும் என்பது மிகமிக முக்கியம். கிரிவலத்திற்கு வருகிறவர்கள் யோகி ராம்சுரத்குமாரின் ஆசிரமத்தையும் பார்க்கவேண்டும் என்பது அவசியமான ஒன்று.

9

யோகிராம் சுரத்குமார் ஆசிரமத்திற்கு அடுத்து நாம் பார்க்க இருப்பது ஸ்ரீஎமலிங்கம். எமன் ஒரு நியாயமான கடவுள். அதனால்தான் அவனை எமதர்மராஜா என்று சொல்வார்கள். யார் நல்லவர்? யார் கெட்டவர்? யார் பெரியவர்? சிறியவர்? என்று எந்த கணக்கும் இல்லாமல், விதிமுடிந்தால் அவனை மிகச் சரியாக நேர்த்தியாக அழைத்துச்செல்கிற பணியை சிறப்பாக செய்துகொண்டிருக்கிற தர்மராஜன் எமதர்மராஜா.

இந்த எமதர்மராஜன் ஸ்தாபித்து வணங்கியது எமலிங்கம். இந்த எமலிங்கத்தை வணங்கினால் என்ன கிடைக்கும்? பிறவிப்பிணி அகலும். இந்த உலகமே ஒரு மாயை. இந்த மாயையில் மாட்டித் தவிக்கிறவர்கள் எமலிங்கத்தை வணங்கினால் மாயையிலிருந்து மீளலாம். இந்த வார்த்தையை எதற்கு இங்கே சொல்கிறோம் என்றால், சிலர் சில விஷயங்களில் மாட்டிக்கொண்டு எழுந்திருக்க முடியாமல் இருப்பார்கள். அதுதான் மாயை. அது எதுவாக வேண்டுமானாலும் இருக்கட்டும். பணமாக இருக்கட்டும். புகழாக இருக்கட்டும். போதையாக இருக்கட்டும். மாதுவாக இருக்கட்டும். எதுவாக இருந்தாலும் சரி. எதிலோ ஒரு விஷயத்தில் மாட்டிக்கொண்டு அதிலிருந்து மீளமுடியாமல் தவிப்பவர்கள் மாயையில் மாட்டிக்கொண்டிருக்கிறார்கள் என்று அர்த்தம்.

இந்த மாயையை நீக்குவதற்கு நாம் ஏற்கெனவே ஒரு

வழிமுறை சொன்னோம். கட்டிக்குளம் சூட்டுக்கோல் மாயாண்டி சுவாமிகளை வணங்குங்கள், உங்கள் மாயையிலிருந்து நீங்கள் நீங்கிவிடுவீர்கள் என்று சொன்னோம். சில மனிதர்களைப் பார்த்தால், இதிலிருந்து திருந்தவே முடியவில்லை. திருந்தவேண்டும் என நினைக்கிறேன். ஆனால், முடியவில்லை அப்படியென்று சொல்வார்கள். இவர்களெல்லாம் வணங்க வேண்டிய லிங்கம் எமலிங்கம்.

இந்த எமலிங்கத்தை வணங்கினால் மாயை நம்மிடமிருந்து நீங்கிவிடும். இன்னொரு விஷயம் என்ன சொல்கிறார்கள் என்றால், எமலிங்கத்திற்கு முன்பாக உட்கார்ந்து தியானம் செய்தால் நமக்குள் இருக்கக்கூடிய தீய எண்ணங்கள், என்னதான் நாம் பாஸிட்டிவ்வாக நினைத்துக்கொண்டிருந்தாலும் நெகடிவ்வாக சில விஷயங்கள் உள்ளுக்குள் ஓடிக்கொண்டே யிருக்கும் சிலருக்கு. அவர்களெல்லாம் எமலிங்கத்தை வணங்கினால் அந்த நெகடிவ்வான விஷயங்கள் நீங்கிவிடும். மாயை அழிந்துவிடும். மாயையில் மாட்டித் தவிப்பவர்கள் எமலிங்கத்தை வணங்க வேண்டும்.

அப்புறம், எல்லாமே உங்களிடம் பாசிடிவ்வாக இருக்கிறது அப்படியென்றால் நீங்கள் எமலிங்கத்தை வணங்கினீர்கள் என்றால் நீங்கள் நினைப்பது நடக்கும். மரண பயம் அகலும். நோய்வாய்ப்பட்டிருந்தால் எமலிங்கத்தை வணங்கினால், அவரிடம் கர்ம மன்னிப்பை வாசித்தால் நோயிலிருந்து மீளலாம் என்பது நிருபிக்கப்பட்ட உண்மை. எமலிங்கத்தை வணங்கிவிட்டு கிரிவலப்பாதையில் கொஞ்ச தூரம் சென்றோம் என்றால் துருவாச மகரிஷி ஆலயம் இருக்கிறது. அதற்கப்புறம் ஒரு மாரியம்மன் ஆலயம் இருக்கிறது. இதையெல்லாம் வணங்கிவிட்டு நாம் கிரிவலம் செல்லவேண்டும்.

கிரிவலப் பாதையில் போய்க்கொண்டிருக்கும்போது மலையைப் பார்த்துக்கொண்டே செல்ல வேண்டும் என்பதை முந்திய பதிவில் பார்த்தோம். அப்படி பார்த்துக்கொண்டே போகிறபொழுது, மலை ஒவ்வொரு இடத்தில் ஒவ்வொரு

விதமாகத் தெரியும். அதை நாம் பார்க்கவேண்டும். அந்தந்த இடத்தில் வணங்கினால் ஒவ்வொரு பலன் நமக்குக் கிடைக்கும். அந்த வரிசையில் அடுத்து நாம் பார்க்க இருக்கிற லிங்கம் நிருதி லிங்கம். இது தென்மேற்கு திசையில் இருக்கிறது. தென்மேற்கு திசைக்கு அதிபதி நிருதி. அவர் சிவனை வழிப்பட்டதனால். இந்த லிங்கம் நிருதி லிங்கம் என்று சொல்லப்படுகிறது.

இங்கே வந்து வணங்கினோம் என்றால் நமக்கு என்னவிதமான துன்பங்கள் இருந்தாலும் சரி, அந்த துன்பங்களெல்லாம் நீங்கிவிடும் என்று நம்பப்படுகிறது. மிக முக்கியமான ஒன்று என்னவென்றால் நம் வீட்டில் எது தொட்டாலும் விளங்கமாட்டேங்கிறது என்று நாம் ஜோதிடரைப் பார்த்தோமென்றால், அவர் எதையாவது சொல்வார். விபூதியைத் தூவிவிட்டிருக்கிறார்கள். பில்லிசூனியம் செய்திருக்கிறார்கள். கண் திருஷ்டி இருக்கிறது. தீட்டு முறைப்பாடு இருக்கிறது என்றெல்லாம் சொல்வார்கள். இதெல்லாம் உண்மையா பொய்யா என்பது இரண்டாவது விஷயம். ஆனால் இந்த மாதிரி உங்களுக்கு ஒரு சந்தேகம் மனதிற்குள் வந்துவிட்டாலே நீங்கள் வணங்கவேண்டிய லிங்கம் நிருதி லிங்கம்.

இந்த நிருதி லிங்கத்தைச் சென்று வணங்கினீர்கள் என்றால் உங்களுக்கு பில்லிசூனியம், ஏவல், திட்டு, முறைப்பாடு என்னவிதமான கட்டுக்கள் இருந்தாலும், அதை அவிழ்த்துவிடுகிற சக்தி நிருதி லிங்கத்திற்கு உண்டு. நம்பிக்கையோடு இவரை நீங்கள் வணங்கலாம். நிருதி லிங்கத்தைக் கும்பிட்டபிறகு அப்படியே தெற்கிலிருந்து மேற்கு பக்கம் திரும்புகிற வளைவில் நின்று மலையைப் பார்த்தீர்கள் என்றால், இது ரொம்ப முக்கியமான ஒரு இடம். பார்வதி தேவிக்கு சிவபெருமான் ரிஷபவாகனத்தில் காட்சிகொடுத்த இடம் இந்த இடம்தான். இந்த நிருதி லிங்கத்தைப் பற்றி சொல்லுகிறபொழுது அன்னை வலம் வந்து தொழுத இடம் இந்த இடம் என்று சொல்வார்கள்.

இங்கிருந்துதான் அம்பாள் மேலே மலைமேல்

பார்க்கிறபொழுது ரிஷபவாகனத்தில் சிவபெருமான் காட்சிகொடுத்ததாக அந்த தலபுராணம் சொல்கிறது. இன்றைக்கு நீங்களும் இருந்து இந்த மலையைப் பார்த்தீர்களென்றால் நந்தி வடிவத்தில் அந்த மலை தெரியும். திருவண்ணாமலை கிரிவலப்பாதையில் வேறு எங்கேயும் இந்த காட்சி கிடைக்கவே கிடைக்காது. கிரிவலத்தை நீங்கள் சுற்றி வருகிறபொழுது எந்த இடத்தில் நின்று பார்த்தாலும் நந்தி மாதிரி மலை தெரியாது. இந்த ஒரு இடத்தில் இருந்து திருவண்ணாமலையை நீங்கள் பார்த்தீர்களென்றால், அது நந்தி மாதிரி காட்சி தரும். ரொம்ப அற்புதமான ஒரு இடம்.

இப்பொழுது பிரதோஷம் அன்றைக்கு நந்தியின் காதில் நம் பிரார்த்தனையைச் சொல்வோம். இது வழக்கமான ஒன்றாக வைத்திருக்கிறோம் அல்லவா. இந்த நந்தியின் காதுகளில் இங்கிருந்து மெதுவாக உங்களுடைய பிரார்த்தனையை நீங்கள் சொல்லவேண்டும். இது ரொம்ப முக்கியமான ஒன்று கிரிவலத்தில். கிரிவலம் வருகிறபொழுது நிருதி லிங்கத்தைத் தாண்டி இந்த இடத்திலிருந்து நீங்கள் மலையைப் பார்த்தால் நந்தி வடிவத்தில் தெரியும். நீங்கள் இங்கிருந்து உங்கள் பிரார்த்தனையை, மனதிற்குள்ளிருந்து நந்தியின் காதுகளில் சொல்லவேண்டும். அது நிறைவேறும். இது காலங்காலமாக நம்பப்படுகிற ஒரு விஷயம். இதற்கு அடுத்து நாம் கிரிவலத்தைத் தொடர்வோம்.

10

அனைவருக்கும் ஆத்மிக் ஞானகுருவின் அன்பு வணக்கங்கள்.

நந்தியின் காட்சியைப் பார்த்தபிறகு, நந்தியின் காதுகளில் நமது பிரார்த்தனைகளை வைத்தபிறகு, நாம் கிரிவலத்தில் அடுத்ததாக பார்க்க இருப்பது நேர் அண்ணாமலை. நேர் அண்ணாமலை அருணாச்சலேசுவரர் ஆலயத்தில், மலையின் நேர்பின்புறமாக இந்த இடம் அமைந்திருக்கிறது. அதனால்தான் இதை நேர்அண்ணாமலை என்று அழைக்கிறார்கள். அண்ணாமலையாருக்கும், உண்ணாமலை அம்மையாருக்கும் தனியாக ஒரு ஆலயம் இருக்கிறது. பிற்காலத்தில் காயத்ரி தேவிக்கும், நவக்கிரகங்களுக்கும் தனியாக ஆலயங்கள் எழுப்பப்பட்டதாக நம்பப்படுகிறது. இந்த ஆலயத்தின் பிற்புறத்தில் உண்ணாமலை அம்மனுக்கு ஒரு தீர்த்தம் இருக்கிறது. அது மிக புனிதமான ஒன்று.

கிரிவலம் நாம் போகும்போது ஆஞ்சநேயர் கோயில், ராகவேந்தர் கோயில், முருகன் கோயில், அகத்தியர் ஆஸ்ரமம் போன்று நிறைய ஆங்காங்கே பார்த்துக்கொண்டே வரலாம். அதையெல்லாம் வழிபட்டுக்கொண்டே நாம் வரலாம். ஸ்ரீராஜராஜேஸ்வரி ஆலயம் ஒன்று உள்ளது. அது ரொம்ப அற்புதமான ஒரு ஆலயம். கிரிவலத்தின்போது நாம் வணங்கவேண்டிய மிக முக்கியமான ஒரு ஆலயம். அதற்கு அப்புறம் நேர் எதிரே பார்த்தோமென்றால், கண்ணப்பர்

கோயில் ஒன்று இருக்கும். அது மிகவும் அமைதியான ஒரு சூழ்நிலையில் அமைந்திருக்கிறது. இது தியானம் செய்வதற்கு மிகுந்த ஏற்ற இடம் என்பதால் நிறைய சாதுக்கள் அமர்ந்திருப்பதை நாம் பார்க்கலாம். ராஜராஜேஸ்வரி ஆலயம் ஆகியவற்றை வணங்கிவிட்டு கிரிவலத்திலே நாம் வருகிறபொழுது, கௌதம மகரிஷியின் கோயில் ஒன்று இருக்கும். கௌதம மகரிஷிபற்றி ஏற்கெனவே நாம் பார்த்திருக்கிறோம். அவர் ஆஸ்ரமம் அமைத்திருந்தார். அம்பாள் பார்வதி தேவி வந்து இவருடைய ஆலோசனைபடிதான் தவம் செய்தார் என்றெல்லாம் பார்த்தோம். அந்த அருமையான இடம் இந்த இடம்தான்.

இந்த கௌதம ஆஸ்ரமத்திலிருந்து நாம் மலையைப் பார்த்தோமென்றால் மலை 3 பிரிவுகளாகத் தெரியும். மும்முர்த்தி தரிசனம் என்று சொல்வார்கள். இந்த மும்முர்த்தி தரிசனத்தை இந்த இடத்திலிருந்து நாம் மலையைப் பார்க்கலாம். அப்படி பார்க்கிறபொழுது இந்த முன்றுவிதமான சக்திகளை நாம் நுகரவேண்டும். உள்வாங்க வேண்டும். இதற்கு கொஞ்சம் கடந்து போனோம் என்றால் அதாவது கௌதம ஆஸ்ரமத்திற்கு கொஞ்சம் முன்னாடி அடிமுடி சித்தரின் சமாதி உள்ளது. இவர் மிகவும் அற்புதமான சித்தர். நிறைய நோய்களை நீக்கியிருக்கிறார்.

அதற்கு அடுத்ததாக நாம் பார்க்க இருப்பது சூரிய லிங்கம். சூரியன் வந்து சிவலிங்கத்தை ஸ்தாபித்து வணங்கியதனால் இதற்கு பெயர் சூர்யலிங்கம். இது அஷ்டலிங்கத்தில் வராது. இருந்தாலும், சூர்யலிங்கத்தை இந்த இடத்தில் நாம் வணங்க வேண்டும். ஏதாவது பித்ரு தோஷங்கள் இருந்தால் இந்த லிங்கத்தை வழிப்பட்டால், அந்த தோஷங்களெல்லாம் நீங்கிவிடும் என்பது, காலங்காலமாகச் சொல்லப்படுகிறது. இதற்கு அருகில் சூர்ய தீர்த்தம் உள்ளது. அதில் குளித்தால்கூட நோய்களெல்லாம் நீங்கிவிடும். உடலில் ஆரா சுத்தமாக இருக்கும் அப்படியென்றும் நம்பப்படுகிறது. சூர்ய லிங்கத்திற்கு அடுத்ததாக, நாம் பார்க்க இருப்பது சந்திர லிங்கம். சந்திர லிங்கம் தக்ஷசனால் சபிக்கப்பட்ட பிறகு, சந்திரன் அருணாச்சலத்திற்கு வந்து,

சிவனை வழிபட்டு தன்னுடைய பழைய பலத்தைப் பெற்ற இடம் இந்த இடம், இதை வணங்கினால் மனம் சம்பந்தப்பட்ட நோய்களெல்லாம் நீங்கும் என்று சொல்கிறார்கள்.

அடுத்து நாம் பார்க்க இருப்பது, ஸ்ரீவருணலிங்கம். வருணன் பற்றி உங்களுக்குத் தெரியும். மழை கொடுக்கின்ற ஒரு கடவுள். இவரை வணங்க வேண்டும். இந்த வருணனை வணங்கிய பிறகு. வலது பக்கமாகச் சென்றால் பிரம்மன் வழிபாடு செய்த, ஆதி அருணாச்சலேசுவரருடைய கோயில் கண்ணுக்குத் தெரியும். இது ஆதி அருணாச்சலேசுவரர் கோயில். இது ஆதி அண்ணாமலை என்பதுதான் மாறிமாறி அடிஅண்ணாமலை என்று மாறிவிட்டது என்று சொல்கிறார்கள். ஒருசிலர் என்ன சொல்கிறார்கள் என்றால் மலையின் அடிவாரத்தில் இருப்பதனால் இது அடிஅண்ணாமலை என்றும் சொல்கிறார்கள். எது உண்மை என்று தெரியவில்லை. அடி அண்ணாமலையா, ஆதி அண்ணாமலையா என்று தெரியவில்லை. ஆனால், இந்த ஆலயத்திற்குள் இருக்கக்கூடிய சிவபெருமான் ஆதி அருணாச்சலே சுவரர் என்றே அழைக்கப்படுகிறார். இந்த கோயிலைக் கட்டியது யார் என்று பார்த்தீர்களென்றால் பிரம்மன். பிரம்மனால் உருவாக்கப்பட்டதுதான் இந்தக்கோயில்.

ஒருதடவை பல உயிர்களைப் படைத்துக்கொண்டிருந்த பிரம்மா ரம்பை, ஊர்வசி, மேனகா, துலோத்தம்மா போன்றவர்களையெல்லாம் இவர் படைத்தார். படைத்த பிறகு துலோத்தம்மாவைப் பார்த்தவுடனே, மோகம் கொண்டு அந்தப் பெண்ணை விரட்ட ஆரம்பித்தார். அந்தப் பெண் இவருக்கு பயந்துகொண்டு புறா வடிவம் எடுத்து, வானத்திலே பறக்க ஆரம்பித்தது. அது புறா வடிவத்தில் பறந்தவுடனே, இவரும் புறா வடிவத்திற்கு மாறி பறக்க ஆரம்பித்தார். விரட்டிப்போனார். அந்தப் பெண் சிவனைப் பார்த்து அழைத்தது. என்னைக் காப்பாற்றுங்கள் என்று. அப்பொழுது சிவன் ஒரு வேடன் வடிவத்தில் வந்து பிரம்மனிடம் வந்து நின்றார். பிரம்மன் அஞ்சி நடுங்கினார். சிவபெருமான் திட்டினார். இப்படியொரு

அதிசயம் தரும் அண்ணாமலையார்

ஈனச் செயலை நீ செய்யலாமா? என்று. உடனே பயந்துபோன பிரம்மன் அழுதான். சிவன், படைப்புத் தொழிலை விட்டுவிட்டு நீ காடுகாடாய்த் திரியவேண்டும் என்று சொன்னார்.

அதனாலேயே பிரம்மன் திருவண்ணாமலைக்கு வந்து, அந்த காட்டுக்குள் திரிந்தான். தினமும் என்னை வணங்கினால் உனக்கு விமோசனம் உண்டு என்று சொன்னார் சிவபெருமான். என்ன செய்தான் பிரம்மன், ஆதி அண்ணாமலைக்குள்ளே வந்து ஆதி அண்ணாமலை இருக்கக்கூடிய இந்த பகுதியில் நின்று சிவனை தினமும் வணங்கினான். அவன் வணங்கிய இடம்தான் இந்த ஆதி அருணாச்சலேசுவரர் இருக்கக்கூடிய ஆதி அண்ணாமலை கோயில். அதற்கு பிறகு அவனுக்கு விமோசனம் கிடைத்து படைப்புத் தொழிலை மீண்டும் செய்ததாக புராணம் சொல்கிறது.

ரமணர்கூட ஆதி அண்ணாமலை பற்றி சொல்கிறபொழுது தான் தவம்செய்து கொண்டிருக்கிறபொழுது தனக்கு சாமகானம் கேட்டதாகச் சொன்னார். ரொம்ப அற்புதமான ஒரு இடம். ஏற்கெனவே ஒரு பதிவில் நாம் இதனைப் பார்த்திருக்கிறோம். சதுரகிரியில் அமாவாசைக்கு இரவு 12 மணிக்கு சித்தர்களெல்லாம் பஜனை பாடுவதை நிறைய பக்தர்கள் பார்த்திருக்கிறார்கள் என்று நாம் சொன்னோம். அதே மாதிரி இந்த இடத்தில் சாமகானம் கேட்பதாக ரமண மகரிஷி சொல்லியிருக்கிறார். அதற்கப்புறம் முக்கியமான ஒன்று என்னவென்றால், இங்கு தியானம் செய்தால் மிகவும் சிறப்பாக இருக்கும் என்று பல்வேறு புத்தகங்களில் சொல்லப்பட்டிருக்கிறது. நிறைய சாதுக்களும்

இதைப்பற்றி சொல்கிறார்கள். மாணிக்கவாசகப் பெருமான் இங்கேதான் திருவம்பாவை எழுதினார். அதற்கு ஒரு ஆலயம் இங்கே உண்டு. இதற்கு அடுத்து நாம் பார்க்க இருக்கிற இடம் வாயு லிங்கம். இது ஒரு காட்சிக் கடவுள். இவர் சிவனை வழிப்பட்ட ஒரு இடம்தான் இந்த இடம். இவரை வழிப்பட்டால் நம்முடைய கர்ம வினையெல்லாம் நீங்கும் என்று சொல்கிறார்கள். வாயு லிங்கத்தை வணங்கியபிறகு நாம் பார்க்கவேண்டிய இடம் குபேரலிங்கம். இது குபேரன் வழிபட்ட இடம். அவருக்கு ஏற்பட்ட சாபத்தில் தன்னுடைய செல்வங்களை எல்லாம் இழந்து சிவனை வழிபட்டு மீண்டும் அந்த செல்வ வளத்தைப் பெற்றதனால் இதை லிங்கம் குபேரலிங்கம் என்று சொல்கிறார்கள். குபேரலிங்கத்தை வணங்கினால் குபேரன் நமக்கு அருள்புரிவார் என்பது நம்பிக்கை. அதனால் ஒரு பெரிய கூட்டம் குபேரலிங்கத்தில் இருந்துகொண்டே இருக்கும் எப்பொழுதுமே.

11

கிரிவலப் பாதையில் நாம் அடுத்து பார்க்க இருப்பது இடுக்குப் பிள்ளையார். கிரிவலப் பாதையில் இது ஒரு முக்கியமான இடம். இங்கே விநாயகருக்கென்று தனியாக ஒரு கோயில் என்று எதுவுமே கிடையாது. ஒரு சின்ன மண்டபம் மாதிரி இருக்கும். அதற்குள்ளே ஒல்லியானவர்கள் தான் போய்விட்டு வரமுடியும். அப்படி உள்ளே போய்விட்டு வெளியே வரவேண்டும். கொஞ்சம் குண்டானவர்கள் போனால் சிக்கிக்கொள்வார்கள். இப்படி உள்ளே சென்று வெளியே வந்தால் என்ன நடக்கும் என்றால் பிறவிப் பிணி நீங்கும். அப்படியென்று காலம் காலமாக நம்பப்படுகிறது. இதை இடுக்கு பிள்ளையார் என்று சொல்வார்கள். இதைப் பற்றி பல்வேறு கருத்துகள் உண்டு. கிரிவலம் வந்து கொண்டிருக்கும் போது, நம் களைப்பைப் போக்குவதற்கு மனதை திரும்ப ஒருநிலைப் படுத்துவதற்காக இது உருவாக்கப்பட்டிருக்கிறது என்று சொல்கிறார்கள்.

இந்த இடுக்குப் பிள்ளையாரைவிட்டு கொஞ்சதூரம் தள்ளிச் சென்றால், மலை ஐந்து வடிவமாகத் தெரியும். இதைத்தான் பஞ்சமுக தரிசனம் என்று சொல்வார்கள். ரொம்ப முக்கியமான இடம். கிரிவலப்பாதையில் பஞ்சமுக தரிசனம் ரொம்ப ரொம்ப முக்கியமான இடம். இங்கே மலையைப் பார்த்தவுடனே, அந்த இடத்தில் விழுந்து வணங்க வேண்டும். ஐந்து முகம் கொண்ட திருவண்ணாமலையை, இந்த ஒரு

இடத்திலிருந்து தான் பார்க்கமுடியும். அதனால் விழுந்து வணங்கி நமது பிரார்த்தனைகளைச் சொல்ல வேண்டும்.

அதற்கு அப்புறம் ஈசானிய லிங்கம் இருக்கும். ருத்ரனின் அம்சம் உள்ளவன் ஈசானியன். அவன் பூஜித்த லிங்கம்தான் இந்த லிங்கம். வாழ்க்கையில் ஆன்மீக முன்னேற்றம் வேண்டும் என்று நினைப்பவர்கள், இந்த ஈசானிய லிங்கத்தை வந்து வணங்க வேண்டும். இங்கே ஒரு குளம் இருக்கிறது. இதை ஈசானிய திருக்குளம் என்று சொல்வார்கள்.

அதற்கு பக்கத்தில் அம்மணி அம்மாளுடைய சமாதி இருக்கிறது. அம்மணி அம்மாவைப் பற்றி கண்டிப்பாக ஒவ்வொருத்தரும் தெரிந்துகொள்ள வேண்டும். மிகச் சிறந்தவர் இந்த அம்மா ஒரு சித்தர். திருவண்ணாமலையில் இருக்கக்கூடிய ஒரு கோபுரத்தை, இந்த பெண்மணி தனியாக நின்று கட்டியிருக்கிறார். அதனால் தான் அந்தக் கோபுரத்திற்கு பெயர், அம்மணி அம்மாள் கோபுரம் என்று சொல்லுவார்கள். இந்த அம்மணி அம்மாளை வணங்க வேண்டும். மன வைராக்கியம் கிடைக்கும். மன உறுதி கிடைக்கும். வாழ்க்கையில் முடிவுகள் எடுத்திருந்தால், அந்த முடிவுகள் தீர்க்கமாக இருப்பதற்கு இந்த அம்மா உதவி செய்வார்கள். அதனால் கும்பிடவேண்டும்.

இதற்குப் பிறகு, கொஞ்சதூரம் சென்றால் ஞானதேசிகருடைய ஜீவசமாதி இருக்கும். அதை வணங்க வேண்டும். அதற்கு அப்புறம் ரிசபாரூடர் ஆலயம் இருக்கும். ரிஷப வாகனத்தில் பார்வதி தேவிக்கு சிவபெருமான் கட்சி கொடுத்ததின் நினைவாக, ரிஷபாரூடர் ஆலயம் இந்த இடத்தில் இருக்கிறது. கிரிவலம் வருகிறவர்கள் அவசியம் வணங்க வேண்டிய ஒரு கோயில, இந்த கோயில்.

இதையெல்லாம் வணங்கிவிட்டு நாம் கிரிவலப்பாதையில் போய்க்கொண்டேயிருந்தோமென்றால், வடக்கு வீதியில் இருக்கக்கூடிய முருகன் கோயில் வரும். உண்ணாமலை

அம்மையாரிடம், முருகப் பெருமான் அருணாச்சலம் வந்து, அசுரனை அழிக்க வேல் வாங்கிய இடம் இதுதான் என்று சொல்கிறார்கள். சூரசம்ஹாரம் நிகழ்ச்சியெல்லாம் நடத்துவதாகச் சொல்கிறார்கள்.

அதற்கு அடுத்து துர்க்கை அம்மன் கோயில் உள்ளது. அதை வணங்க வேண்டும். இந்த துர்க்கை அம்மனை வணங்கினால் என்ன கிடைக்கும்? செய்த பாவமெல்லாம் நீங்கும் என்று சொல்கிறார்கள். அங்கே ஒரு தீர்த்தம் இருக்கிறது. அதை கட்கத் தீர்த்தம் என்று சொல்கிறார்கள். கார்த்திகை மாதம் விரதம் இருந்து இந்த தீர்த்தத்திலே நீராடினால், செய்த சகல பாவங்களும் நீங்கும் என்று நம்பப்படுகிறது.

துர்க்கை அம்மனின் ஆலயத்தை வணங்கிய பிறகு அப்படியே சுற்றி வந்தோம் என்றால், அண்ணாமலையாருடைய ஆலயம் வந்துவிடும். அண்ணாமலையாரையும், உண்ணாமலை அம்மனையும் தரிசிக்க வேண்டும். தரிசித்த பிறகுதான் கிரிவலம் பூரணத்துவம் அடையும்.

இந்த கிரிவலத்தை, இவ்வளவு விஷயத்தையும் உள்வாங்கி சுற்றிவரவேண்டும் என்றால், உங்களுக்கு பூதநாராயணருடைய துணையும், இரட்டைப் பிள்ளையாருடைய துணையும், அந்த முனீஸ்வரருடைய துணையும் இருந்தால் மட்டுமே, இவ்வளவு விஷயங்களையும் உங்களுடைய மனதில் ஒருநிலைப்படுத்தி நீங்கள் சுற்றிவந்து இறைவனை வணங்கி உங்களுடைய கிரிவலத்தை முழுமைபடச் செய்ய முடியும். இப்படி நீங்கள் சுற்றி வரும் பொழுது, அண்ணாமலையார் இருக்கக்கூடிய ஆலயத்திற்கு வந்து சேர்ந்துவிடுவீர்கள். உங்கள் கிரிவலம் நிறைவு பெற்றது. இப்போது அண்ணாமலையாரையும், உண்ணாமலை அம்மனையும் தரிசித்து உங்கள் கிரிவலத்தை நீங்கள் நிறைவு செய்ய வேண்டும். இன்னும் இருக்கிறது திருவண்ணாமலையில்.....

12

அனைவருக்கும் ஆத்மிக் ஞானகுருவின் அன்பு வணக்கங்கள்.

திருவண்ணாமலை கிரிவலத்தின் முடிவில், திரு அண்ணாமலையார் சந்நிதிக்குச் செல்ல இருக்கிறோம். ஆலயத்தின் முகப்பில் நம்மை வரவேற்பது ராஜகோபுரம். ராஜகோபுரம் தென் இந்தியாவிலேயே இரண்டாவது உயரமான கோபுரமாகப் போற்றப்படுகிறது.

கோபுரம் ஏன் உயரமாக வைக்கிறார்கள் என்றால், தொலைவில் இருந்துகூட இறைவனை வணங்க வேண்டும் என்பதற்காக. சரியை கிரியை யோக ஞானத்திலே, சரியையில் இருக்கிறவர்கள் புறவழிபாட்டில் இருக்கிறவர்களுக்கு, எங்கிருந்தாவது ஒரு சின்னம் தேவைப்படுகிறது. அதனால் தான் இந்த கோபுரத்தை உயரமாக வைப்பது. அதனால் தான் கோபுர தரிசனம், கோடி புண்ணியம் என்று சொல்கிறார்கள். நம்மைவிட உயர்ந்த ஒரு கோபுரத்தைப் பார்க்கிறபொழுது நமது கண்கள் மேல்நோக்கிச் செல்கிறது. இந்த கண்கள் மேல்நோக்கி போகிறபொழுது ஆல்பா கதிர்வீச்சுகள் நம் தலையிலிருந்து வெளியேறும். இதெல்லாம் அறிவியல் ரீதியான உண்மை. ஆல்ஃபா பவர் என்கிறார்களே அது கூடும். அதனால்தான் கோபுரங்களை உயரமாக வைப்பது. நடக்க முடியாதவர்கள், ஆலயத்திற்குள் செல்ல முடியாதவர்கள், உடல்நிலை சரியில்லாதவர்கள் எல்லாம், தொலைவில் இருந்து வணங்க

வேண்டும் என்பதற்காகத்தான் கோபுரங்கள் உயரமாக வைக்கப்பட்டிருக் கின்றன. அதில் திருவண்ணாமலையில் இருக்கக்கூடிய கோபுரத்தில் என்ன சிறப்பு என்று பார்த்தீர்களேயானால், அந்த கோபுரமே ஸ்தூல லிங்கம் என்று சொல்கிறார்கள். கிரிவலத்தின்போது மிகவும் கூட்டமாக இருக்கிறது. கோயிலுக்குள் போக முடியவில்லை என்று நினைக்கிறவர்கள், வெளியில் இருந்தே அந்த கோபுரத்தை வணங்கினாலே போதும், அண்ணாமலையாரை வணங்கிய புண்ணியம் கிடைக்கும் என்று முன்னோர்கள் சொல்லியிருக் கிறார்கள்.

திருவண்ணாமலையே ஒரு லிங்க வடிவமானது. அதனால் தான் கிரிவலப்பாதையில் அண்ணாமலையாரைப் பார்த்து ஆங்காங்கே நந்திகள் நிறைய இருக்கும். அந்த மலையைப் பார்த்தவாறு நிறைய நந்திகளைப் பிரதிஷ்டைச் செய்திருப்பார்கள். இந்த இராஜகோபுரத்தின் வழியாக உள்ளே சென்ற உடனேயே, விநாயகப் பெருமான் இருப்பார். அந்த விநாயகப் பெருமானை வணங்க வேண்டும். இந்த ராஜகோபுரத்தை கட்டியது யார் என்று பார்த்தீர்களேயானால், கிருஷ்ணதேவராயர் என்கிற மன்னர் தான் அதைக் கட்டியிருக்கிறார்.

தெற்கு திசையுடைய கோபுரத்தின் பெயர் திருமஞ்சன கோபுரம். திருமஞ்சன தீர்த்தம் இதன்வழியாக கொண்டு வருவதனால், இதனை திருமஞ்சன கோபுரம் என்று அழைக்கிறார்கள். உள்ளே கட்டகோபுரம் என்று ஒன்று இருக்கிறது. அம்மணி அம்மாள் கோபுரம் என்று ஒன்று இருக்கிறது. ரொம்ப முக்கியமான ஒரு கோபுரம். ஏற்கெனவே கிரிவலப் பாதை பற்றி பேசுகிறபொழுது, நாம் இதைச் சொல்லியிருக்கிறோம். வடக்கு கோபுரமான அம்மணி கோபுரத்தை, அம்மணி அம்மாள் என்கிற ஒரு பெண் சித்தர் தனி ஒரு ஆளாய் நின்று கட்டியிருக்கிறார்கள். அதற்கப்புறம் மேல்கோபுரம். மேற்கு பக்கத்தில் இருக்கிற கோபுரம் மேல் கோபுரம். அதை பேய் கோபுரம் என்றும் சொல்கிறார்கள். எதற்காக இதை பேய் கோபுரம் என்று சொல்கிறார்கள் என்ற

விளக்கத்தை யாரும் சொல்லவில்லை. மேல் கோபுரம் என்பதுதான் நாளடைவில் பேய் கோபுரம் என்று மாறிவிட்டது என்றும் ஒரு கருத்தும் இருக்கிறது.

இங்கு இருக்கக்கூடிய விநாயகப்பெருமான் ரொம்ப சக்திவாய்ந்தவர். ரொம்ப ரொம்ப சக்தி வாய்ந்தவர். ஏனென்றால் இந்த விநாயப் பெருமான் நிறைய சித்தர்களைப் பார்த்தவர். சித்தர்களால் வணங்கப்பட்டவர். அதனால் திருவண்ணாமலை ஆலயத்திற்குள் செல்கிறபொழுது மறக்காமல், ரொம்ப நேரம் செலவழிக்கவேண்டிய ஒரு இடம் இந்த விநாயகப்பெருமானிடம். பக்கத்தில் கௌதம மகரிஷியின் திருவுருவச் சிலை இருக்கும். அதையும் மறக்காமல் நாம் கும்பிடவேண்டும். ஞானமார்க்கத்தில் இறைவனைத் தேடிக்கொண்டு இருப்பவர்கள் வணங்கவேண்டிய மிக முக்கியமான இடம், கௌதம மகரிஷியுடைய திருவுருவச்சிலை.

அதன்பிறகு கம்பத்திளையனார் சந்நிதி என்று ஒன்று இருக்கும். அது ரொம்ப முக்கியமான ஒன்று. ஏனென்றால் முருகப்பெருமான் இந்த கம்பத்திலே காட்சிக்கொடுத்தார். யாருக்கு? பிரவுடைதேவராயர் என்கிற ஒரு மன்னர் இருந்தார். அவர் வந்து முருகனைப் பார்க்கவேண்டும் என்று சொல்லும்போது, அருணகிரிநாதர் தன் பாடலின் மூலமாக முருகப்பெருமானை வரவழைத்தார். முருகப்பெருமான் இந்த கம்பத்தில் காட்சி கொடுத்தார். அதனால் தான் கம்பத்து இளையனார் சந்நிதி என்று சொல்வார்கள். அதன்வழியே உள்ளே நிறைய சிலைகள், நிறைய வழிபாட்டுத்தலங்கள் இடங்கள் எல்லாம் இருக்கும். இவைதயெல்லாம் பார்த்துக் கொண்டே உள்ளே செல்ல வேண்டும். உள்ளே போனால் மகாராஜா கோபுரம் இருக்கும். வல்லால மகாராஜா கோபுரம் அப்படியென்றும் சொல்லுவார்கள். வல்லால மன்னரால் மிகுந்த பொருட்செலவில், கட்டப்பட்ட கோபுரம் இது. இது நிறைய பேருக்குத் தெரியாது.

இந்த வல்லால மன்னன் யார்? ஹொயிஷால மன்னன் என்றுசொல்வார்கள். ஹொயிஷாலமன்னன்திருவண்ணாமலையை தலைநகரமாக வைத்து ஆட்சி ஆண்டு வந்தவன். இது வரலாற்றுச் சிறப்பு வாய்ந்த ஒரு இடம். திருவண்ணாமலையையே

தலைநகராக வைத்து ஆண்டு வந்தவன், ஹொயிஷால மன்னன். சிவன் மீது அதிகமான பக்தி கொண்டவன். இந்த அருணாச்சலே சுவரர் ஆலயத்தில் நிறைய பகுதிகளை புனரமைத்தவன் இந்த மன்னன். இறைவனை தன் மகனாகக் கொண்டவன். இதுதான் இங்கு முக்கியமான விஷயம். அண்ணாமலையாரையே தன் மகனாகக் கொண்டவன் இந்த மன்னன். என் மகன் என்று சொல்வான். யாரை?.. சிவபெருமானை என்னுடைய மகன் என்று சொல்வான். மாசி மாதத்தில் இந்த மன்னன் இறந்து போகிறான்.

பள்ளிக்கொண்டாபட்டு என்கிற ஒரு கிராமம் இருக்கிறது. அந்த கிராமத்தில் இந்த கோயிலில் இருக்கக்கூடிய மூர்த்திகளை எடுத்துக்கொண்டு போய் மன்னனுக்குத் திதி கொடுப்பார்கள். அப்பாவுக்கு மகன் திதி கொடுப்பது மாதிரி. இன்றும் ஆண்டுதோறும் மிகவும் சிறப்பாகக் கொண்டாடிக் கொண்டிருக் கிறார்கள். இது நிறைய பேருக்குத் தெரியாத ஒரு வரலாற்றுக் கதை. எல்லோரும் இறைவனை அப்பா என்று கூப்பிடுவார்கள். ஆனால் இந்த மன்னன், இறைவனை மகனே என்று கூப்பிட்டான். என் பையன் இருக்கவேண்டிய இடத்தை நான் நன்றாகச் சீரமைத்து வைத்துக்கொள்ள வேண்டும் என்று நிறைய பொருட்செலவில் இந்த ஆலயத்தை புனரமைத்தவன், அந்த ஹொயிஷால மன்னன்.

இறைவனை தன் குழந்தையாகப் பாவிப்பது, நிறைய நாம் படித்திருக்கிறோம். ஆனால் ஹொயிஷால மன்னன் அண்ணாமலையாரையே தன் மகனாக நினைத்து வணங்கி வந்தவன். இவருடைய அரண்மனையை இன்றைக்கும் நீங்கள் பார்க்கலாம். திருவண்ணாமலையில் ரயில் நிலையம் போகிற பாதையில் இவருடைய மண்டபம் அதாவது அரண்மனை இடிந்து கிடக்கிறது. திருவண்ணாமலைக்கு அண்ணாநாடு என்று ஒரு பெயரை வைத்தவன் இந்த மன்னன். அருண சமுத்திரம் என்கிற ஒரு பெயரை வைத்தவன் இந்த மன்னன். இதெல்லாம் கல்வெட்டுச் செய்தி. அந்தக் கோயிலுக்குப்

போனீர்களென்றால், அந்தக் கல்வெட்டுச் செய்திகளில் நீங்கள் இதையெல்லாம் படித்து கொள்ளலாம்.

அதன்பிறகு நாம் பார்க்கவேண்டிய நிறைய சிலைகள் இருக்கின்றன. அதில் காலபைரவர் ரொம்ப முக்கியம். காலபைரவர் வழிபாடு குறித்து நாம் நிறைய பேச இருக்கிறோம். இந்த காலபைரவர் மிகவும் சக்தி வாய்ந்தவர். பில்லி, சூனியம், ஏவல், திட்டு, முறைப்பாடு, கண் திருஷ்டி இதெல்லாம் போகவேண்டும் என்றால், இந்த ஆலயத்திற்குள் இருக்கக்கூடிய காலபைரவரை வணங்க வேண்டும்.

அப்புறம் பிரம்ம தீர்த்தத்தை ஒட்டி இருக்கிற ஒரு புரவி மண்டபம் உள்ளது. சின்ன நந்தி இருக்கிறது. இதையெல்லாம் கும்பிடவேண்டும். மூன்றாம் பிரகாரத்தில் வரும்பொழுது கிளி கோபுரம் என்று ஒன்று இருக்கும். இது ரொம்ப வரலாற்றுச் சிறப்பு மிக்க ஒரு கோபுரம்.

மன்னன் பிரபுட தேவராயன் முருகனை நேருக்கு நேராகப் பார்த்ததனால் கண் குறைபாடு வந்துவிட்டது. உடனே அருணகிரிநாதரிடம் கேட்கிறான், "அய்யா எனக்கு கண் பார்வை இப்படி ஆகிவிட்டது. கடவுளை நேருக்கு நேராகப் பார்க்கும்போது அவர்கிட்ட இருந்து வந்த அந்த சக்தியை என்னால் தாங்கிக்கொள்ள முடியாமல், கண்பார்வை குறைந்துபோய்விட்டது." என்று சொல்லும்போது அருணகிரிநாதர் கிளிவடிவம் தாங்கி, தேவலோகத்திற்குப் போய் பாரிஜாதம் என்கிற ஒரு பூவை பிடுங்கிக்கொண்டு வருகிறேன் என்று போய்விட்டார். இவர்மீது பொறாமை கொண்ட சம்பந்தாண்டான் என்கிற ஒரு கவிஞன், அவன் அரசவைக்கவிஞன். இந்த அரசவைக்கவிஞன் சம்பந்தாண்டான் என்ன செய்கிறான், அருணகிரிநாதர் மேல் எப்பொழுதும் ஒரு பொறாமை இருக்கும். மன்னரின் கண்களைக் குணப்படுத்த தேவலோகத்திற்கு கிளி வடிவத்தில் போய்விட்டானே என்று சொல்லி அருணகிரி நாதரின் உடம்பை இவன் எரித்துவிடுகிறான். அது இன்றைக்கும் கோயிலின் பின்னாடி இருப்பதாகச் சொல்கிறார்கள். இவர் கிளி வடிவத்தில் போய் அந்தப் பூவை பிடுங்கிக்கொண்டு மன்னரின்

கண்களைக் குணப்படுத்துவதற்கு முயற்சிக்கிறார். அவருக்குப் பார்வை தெரிந்து விடுகிறது. தன் உடலை அருணகிரிநாதர் தேடுகிறபொழுது உடல் கிடைக்கவில்லை. உடலைத்தான் சம்பந்தாண்டான் எரித்துவிட்டானே. சரி வேறு வழியே இல்லை என்று சொல்லிவிட்டு அந்தக் கோபுரத்திலேயே கிளி வடிவமாகவே இருந்து, கந்தர் அநுபூதியெல்லாம் அவர் கிளி வடிவமாகவே எழுதினார் என்று இன்றுவரை சொல்லிக் கொண்டிருக்கிறார்கள். கடைசி வரை அவர் கிளி வடிவமாகவே இருந்தார் அப்படியென்று ஒரு பேச்சு இருக்கிறது.

இதில் இன்னொரு ஆச்சரியம் என்னவென்றால், அந்தக் கிளிகோபுரத்தை, இன்றைக்கும் நல்ல தவம் இருந்து உற்று நோக்கினால், அந்தக் கிளி நிறைய பேருக்கு காட்சித் தருகிறது என்பதுதான் ரகசியம். அந்த கோபுரத்தை சற்று உற்று நன்றாகப் பார்க்க வேண்டும். உற்று கவனித்தால் ஒரு கிளி உருவம் நிறைய பேருக்குத் தெரிகிறது. அதுதான் இன்றைக்கும் இருக்கிற ஆச்சரியம். இந்த கிளி கோபுரத்தின் உள்ளே சென்றோமானால் ஒரு பதினாரு கால் மண்டபம் இருக்கும். கார்த்திகை தீபத்தின்போது இங்கேதான் பஞ்ச மூர்த்திகள் எல்லாம் இருப்பார்கள் என்று நாம் பேசியிருக்கிறோம். உள்ளே பிடாரி அம்மனின் ஆலயம் இருக்கிறது.

இந்த பிடாரி அம்மனின் ஆலயத்தைப் பற்றி நாம் பேசவேண்டும். ஏன் என்றால் மந்திர தீட்சைப் பெற்றவர்கள், குலதெய்வ மந்திரம், தனக்குத் தெரிந்த ஏதோ ஒரு மந்திரத்தை இந்த பிடாரி அம்மனின் சந்நிதியில் உட்கார்ந்து நாம் உச்சாடனம் செய்கிறபொழுது, அது பல மடங்கு நமக்கு பலன் அளிக்கும். பக்தர்கள் நிறைய பேர் பிடாரி அம்மனின் ஆலயத்திற்குள் உட்கார்ந்து மந்திர உச்சாடனம் செய்து கொண்டிருப்பார்கள். ஏற்கெனவே உங்களுக்குத் தெரியும். தரையில் உட்கார்ந்து சொல்கிற மந்திரத்தை விட மலையில் அமர்ந்து சொல்கிற மந்திரம் மிகவும் சக்தி வாய்ந்தது. அதில் சக்தி வாய்ந்த சில இடங்களில் நாம் உட்கார்ந்து மந்திரத்தை உச்சாடனம் செய்கிறபொழுது, அதனுடைய பலன் பல

மடங்காக இருக்கும் என்பது மிகப்பெரிய உண்மை. இந்த பிடாரி அம்மன் ஆலயத்தில் உட்கார்ந்து மந்திர உச்சாடனம் நாம் செய்ய வேண்டும். இப்படியே இந்த ஆலயத்தைச் சுற்றி நாம் அண்ணாமலையாரையும், உண்ணாமலை அம்மையும் வணங்க வேண்டும்.

அண்ணாமலையாரை வணங்குவதற்கு முன்பாக, சிவலிங்கத்தை வணங்குவதற்கு முன்பாக, அங்கே இருக்கக்கூடிய துவாரபாலகர்களை வணங்க வேண்டும். யார்? அந்த துவார பாலகர்கள். எப்பொழுதுமே ஒரு ஆலயத்திற்குள் சென்று இறைவனை வணங்குவதற்கு முன்னால் துவார பாலகர்களை வணங்க வேண்டும். மிகவும் முக்கியமானவர்கள். உங்களுடைய பிரார்த்தனைகளை கடவுளிடம் கொண்டுபோய் சேர்க்கிற நல்ல வாகனம் இந்த இருவர். இவர்கள் இரண்டு பேரிடம்தான் முதலில் நாம் சொல்லவேண்டும். நமக்கு என்ன வேண்டும்? அப்படி இவர்களிடம் சொன்ன பிறகுதான் கடவுளிடம் சொல்ல வேண்டும். நிறைய பேர் இறைவழிபாட்டில் என்ன செய்வார்கள் என்றால் நேரடியாகச் சென்றவுடன் கடவுளைப் பார்த்து எனக்கு அது வேண்டும், இது வேண்டும் என்று கேட்டுக் கொண்டிருக் கிறார்கள். அந்த பிரார்த்தனை பலிப்பதில்லை.

ஒரு ஆலயத்திற்குள் போனவுடன் அந்த ஆலயத்தில், அந்த மூலவருக்கு முன்னாடி இருக்கக்கூடிய துவார பாலகர்களிடம் நாம் சொல்ல வேண்டும். கொஞ்சம் எடுத்துச் சொல்லப்பா என்கிற மாதிரி பிரார்த்தனைகளை இவர்களிடம் சொன்ன பிறகுதான் கடவுளிடம் சொல்லவேண்டும் என்பது முறை. அது திருவண்ணாமலையில் நீங்கள் பின்பற்றவேண்டிய மிகமிக முக்கியமான ஒரு முறை. இப்படி வணங்கிவிட்டு அம்மாவையும், அப்பாவையும் வணங்கிவிட்டு ஆலயத்தில் சிறிது அமர்ந்து நான் யார் என்கிற, ரமண மகிரிஷி சொன்ன அந்த ஆத்ம விசாரத்தை நீங்கள் செய்தபிறகு. அந்த ஆலயத்தைவிட்டு வெளியேறவேண்டும்.

 அதிசயம் தரும் அண்ணாமலையார்

13

அனைவருக்கும் ஆத்மிக் ஞானகுருவின் அன்பு வணக்கங்கள்.

திருவண்ணாமலை கிரிவலமும் அண்ணாமலையார் தரிசனமும் நிறைவுபெற்றது. திருவண்ணாமலை என்றதும் நமக்கு நினைவுக்கு வருவது, அருணகிரிநாதர். ஒரு அற்புதமான மகான். அருணகிரிநாதர் பிறந்து வளர்ந்தது திருவண்ணாமலையில். இளம் வயதிலேயே தன் தாயாரை இழந்தவர். தன் சகோதரி ஆதி தான், இவருக்கு தாய் மாதிரி இருந்து வளர்த்தார். அருணகிரிநாதரின் அப்பா பட்டினத்தார் என்றொரு கதை உண்டு. அது யாரோ இடையில் வந்த கதைச்சொல்லிகள் மாற்றிவிட்ட கதை. பட்டினத்தாருக்கும் அருணகிரிநாதருக்கும் எந்த சம்பந்தமும் கிடையாது. பட்டினத்தார் பத்தாம் நூற்றாண்டைச் சார்ந்தவர். அருணகிரிநாதரோ பதினைந்தாம் நூற்றாண்டைச் சார்ந்தவர். இதைத் தெரிந்து கொள்ளவேண்டும் என்றால் கிருபானந்தவாரியாரின் சொற்பொழிவுகளைக் கேட்டால் தெரிந்துகொள்ளலாம். இதற்கு விளக்கம் கொடுப்பார்.

அருணகிரிநாதர் வளரும்போது செல்வச் செழிப்போடு வளர்ந்தவர். அவர் அக்கா எல்லா வசதிகளையும் செய்து கொடுத்தவர். வளர வளர அவர் என்ன செய்தார் என்றால், பரத்தையரிடம் போக ஆரம்பித்தார். தினமும் பரத்தையரிடம் போக ஆரம்பித்தார். வீட்டில் உள்ள எல்லா பொருட்களையும் விற்று விற்று விற்று பரத்தையரிடம் போனார். பரத்தையரிடம்

போகப் போக நோய் வந்தது. உடம்பு முழுக்க நோய் வந்தது. மனமும் நோய்வாய்ப்பட்டது. கடைசியில் பரத்தையரிடம் போயே ஆகவேண்டும் என்று ஒரு கட்டத்தில் இருக்கும்பொழுது, பரத்தையரிடம் போவதற்கு கையில் பணம் இல்லை. பணமில்லையென்று சொல்லி வீட்டையெல்லாம் தடவிப்பார்க்கிறார். அக்காவிடம் அழுகிறார். அக்கா, தம்பி கத்துறானே, கதறுகிறானே இவனுக்கு இவ்வளவு நாள் கேட்டதெல்லாம் செய்தோம். செய்வதற்கு ஒன்றுமே இல்லை என்று சொல்லி அழுதார். எவ்வளவு சொல்லியும் அருணகிரிநாதர் திருந்துவதாக இல்லை. அழுகிறான். அப்பொழுது கடைசியாக ஒரு வார்த்தை சொல்கிறார் அக்கா, தம்பியைக் கூப்பிட்டு. தம்பி உன்னிடம் கொடுப்பதற்கு என்னிடம் எதுவுமே இல்லை. என்னையே நீ எடுத்துக்கொள்கிறாயா என்று கேட்டவுடனே, அந்த வார்த்தை அருணகிரிநாதரைச் சுட்டது. உடம்பு முழுக்க நோய். மனம் முழுக்க நோய். அக்காவின் இந்த வார்த்தை மேலும் கொன்றது அவரை.

அவர் என்ன செய்தார் வீட்டை விட்டு கிளம்பினார். நேராக, அண்ணாமலையாருடைய ஆலயத்திற்குள் சென்றார். அழுதார், தொழுதார், புரண்டார், இனிமேல் இந்த நோய்வாய்ப்பட்ட உடம்போடு எதற்கு இந்த வாழ்க்கை. எவ்வளவு பெரிய தவறை நாம் செய்துவிட்டோம் என்று சொல்லி அந்த கோபுரத்தின் மீது ஏறி அங்கிருந்து கீழே குதித்துவிட்டார்.

கீழே குதித்தவுடன், ஒரு வயதான பெரியவர் ஒரு சாது இவரை கைத்தாங்கலாகப் பிடித்து ஒரு அடியும் இல்லாமல் காப்பாற்றினார். அருணகிரிநாதர் அழுகிறார். எதற்காக என்னைக் காப்பாற்றினீர்கள். இந்த உடம்போடு நான் எதற்கு உயிரோடு இருக்கவேண்டும்? நான் செத்துப் போகிறேன் என்றார். அந்த ஐயா சொன்னார் இல்லப்பா, இனிமேல்தான் இருக்கிறது உனக்கு வாழ்க்கை. நீ முருகனை நினைத்து, முருகனைப் பாடு என்று சொல்லி முருக மந்திரத்தை உபதேசித்ததார். இதற்கு அப்புறம் கவனிக்க வேண்டிய ஒரு

விஷயம். சாதுவும் மெதுவாகச் சொல்கிறார். **சும்மா இரு சொல்லற.** நீ சும்மாயிரு சொல்லற என்கிறார். இது ஒரு மிகப்பெரிய வார்த்தை அருணகிரிநாதருக்கு உடனே தலையில் உரைத்தது. சும்மா இரு சொல்லற என்றால், எதையுமே செய்யாமல் சும்மா இருக்க வேண்டும். மனசு சும்மா இருக்கவேண்டும். மனம் சும்மா இருக்குமா? சும்மா இருக்காது. எதையாவது நினைத்துக்கொண்டே இருக்கும். அப்பொழுது எதையுமே நினைக்காமல் மனதை சும்மா வைத்துக்கொள்ள வேண்டும் என்பது மிகப்பெரிய ஞானம். அந்த ஞானத்தை அவர் போதித்தார்.

அதற்கு பிறகு முருக மந்திரத்தை உச்சாடனம் செய்துகொண்டு, மனதை அமைதியாக வைத்துக் கொண்டார். வரும் எண்ணங்களுக்கு அவர் உயிர் கொடுக்கவில்லை. வலிமை கொடுக்கவில்லை. வந்த எண்ணங்களுக்கு நாம் வலிமை கொடுக்காமல் விட்டுவிட்டால் அந்த எண்ணம் வந்த வழியே போய்விடும் என்பதுதான் உண்மை. மிகப்பெரிய ஞானிகளிடம் நீங்கள் கேட்டீர்களேயானால், உள்ளே வருகின்ற அந்த எண்ணங்களுக்கு உயிர் கொடுக்காமல், வலிமை கொடுக்காமல் விட்டுவிட்டோம் என்றால், அந்த எண்ணம் அதுவாகப் போய்விடும். வீட்டிற்கு ஒரு விருந்தாளி வருகிறார்கள். வாங்க என்று சொன்னால்தான் அந்த விருந்தாளி உள்ளே உட்காருவார்கள். நீங்கள் ஒன்றுமே சொல்லவில்லை என்றால், அந்த விருந்தாளி வந்த வழியே திரும்பிப் போய்விடுவார்கள் இல்லையா? அதைப்போலவே நமக்குள் வரக்கூடிய எண்ணங்களுக்கு நாம் வலிமை கொடுக்காமல், உயிர்கொடுக்காமல் இருந்தால் அந்த எண்ணம் அரைநொடியில் வெளியேறிவிடும் என்பதுதான் உண்மை. இதைத்தான் அந்த பெரியவர் அருணகிரிநாதரிடம் சொன்னார். சும்மாயிரு. சொல்லற.

அருணகிரிநாதர் சும்மாயிருந்தார். முருகனின் மந்திரங்களை உச்சாடனம் செய்தார். செய்யச் செய்ய செய்ய முருகப்பெருமான் காட்சிக்கொடுத்தார். அதற்குப் பிறகு முருகனைப் பற்றி பாடச்சொன்னார். அருணகிரிநாதரோ மழைக்குக்கூட பள்ளிக்

கூடத்திற்குப் போனதில்லை. சிரிக்கிறார் அருணகிரி. எனக்கு எழுதப் படிக்கத் தெரியாது. நான் எப்படி பாட? முருகப்பெருமான் சொன்னார். முதல் வரியை நான் எடுத்துத் தருகிறேன். நாக்கை நீட்டு என்று நாக்கில் வேலால் ஓம் என்று எழுதினார். அதற்குப் பிறகுதான் அருணகிரிநாதர் எழுதத் துவங்கினார். முத்தைத் தரு பத்தித்திரு என்று பாடினார். முருகப் பெருமானைப் பற்றி அவர் பாடப் பாட, அவரது புகழ் திருவண்ணாமலை முழுக்க பரவியது. நிறைய பேர் அவரைத் தேடி வந்தார்கள். பார்த்தார்கள். உடல் மாறியது. உள்ளமும் மாறியது. ஜொலித்தார். தேஜஸ் மயமானார். அங்கிருந்து புறப்பட்டு வயலூர் வந்தார். முருகப்பெருமானின் ஆணைக்கிணங்க சிதம்பரம் சென்றார். விராலிமலை சென்றார்.

பல்வேறு தளங்களுக்குச் சென்றவர், வடக்கு நோக்கி யாத்திரைப்போனார். அந்த யாத்திரை போகும்போது ஒரு இடத்தில் நிறைய பேரைப் பார்க்கிறார். கவிஞர்கள். புலவர்கள். அவர்களெல்லாம் காதறுந்துப்போய் திரிகிறார்கள். ஏனப்பா காதறுந்து திரிகிறீர்கள்? என்ன பிரச்சினை? என்று கேட்கும்பொழுது, அந்த இளம் கவிஞர்கள் சொன்னார்கள். இந்த ஊரிலே ஒரு கவிஞன் இருக்கிறான். ஒரு மிகப்பெரிய புலவன். அந்தப் புலவனிடம் போட்டிக்குப் போனால் காதை அறுத்துவிடுவான். என்ன போட்டி? அவர் பாடுவார், அந்தப்பாட்டை நாம் திருப்பிப்பாடி, அதற்கு பொருள் சொல்ல வேண்டும். அப்படி சொல்ல முடியவில்லை என்றால் அவன் நம் காதுகளை அறுத்துவிடுவான். யாருடா அந்தப் புலவன்? அவனைப் பார்க்க வேண்டுமே என்று சொல்லி அருணகிரிநாதர் அந்தப் புலவனைப் பார்க்கப்போகிறார்.

அந்தப் புலவன் பெயர் ஸ்ரீவில்லிபுத்தூரார். வில்லிபுத்தூராரைப் பார்க்கிறார். ஐயா உங்கள் பெயர் என்ன என்று கேட்கிறார் வில்லிபுத்தூரார். அருணகிரிநாதர் சொன்னார். எனக்கு பெயர் எல்லாம் கிடையாது. நான் பிறந்தபோது குழந்தை என்றார்கள். என் அப்பா என்னை மகன் என்றார். என் தாத்தா என்னை பேரன் என்றார். என் மனைவி என்னை,

என்னங்க என்றார். என் மாமனார் என்னை மாப்பிள்ளை என்றார். என் தம்பி என்னை அண்ணன் என்றான். என் அண்ணன் என்னை தம்பி என்றான். இறந்தவுடன் என்னை பிணம் என்பார்கள். இறுதிவரை எனக்குப் பெயரில்லை. ஆனால், என் தாயார் எனக்கு வைத்த பெயர் அருணகிரிநாதர். ஸ்ரீவில்லிபுத்தூரார் அயர்ந்து போய்விட்டார். ஒரு பெயருக்கே இவ்வளவு விளக்கமா? அப்படியென்று அயர்ந்து போய்விட்டார். திரும்ப கேட்கிறார். ஒரு பெயரையே இவ்வளவு விளக்கமாகச் சொல்கிறாயே என்று. ஆமாம். அருணகிரிநாதர் அவ்வளவு அருமையாகச் சொன்னார்.

கிருபானந்தவாரியார் சொல்லும் போது சொல்லுவார். யாராவது தெரியும் என்று கேட்டால் தெரியும் என்று சொல்லுங்கள். தெரியாது என்று கேட்டால் தெரியாது என்று சொல்லுங்கள். அப்படி சொல்லிவிட்டீர்க ளென்றால் தோல்வியை ஒத்துக்கொண்டீர்கள் என்று அர்த்தம். ஸ்ரீவில்லிபுத்தூரார் அந்த இடத்தில் கேட்கிறார். அருணகிரி என்னோடு பாட்டு பாட வந்திருக்கிறாயா? அருணகிரிநாதர் ஆமாம் என்று சொன்னார். உனக்கு இங்கே இருக்கிற விதிமுறை தெரியுமா? என்று கேட்கிறார். தெரியாது என்று சொல்லக்கூடாது. கிருபானந்த வாரியார் அழகாகச் சொல்லுவார். தெரியாது என்று சொல்லிவிட்டால் தோல்வியை ஒத்துக்கொண்டாய் என்று அர்த்தம். அதற்காக அருணகிரிநாதர் மிகத் தெளிவாகச் சொல்கிறார். தெரியாது என்று சொல்லாமல், சொன்னால் தெரியும் என்கிறார். சொன்னால் தெரியும். உனக்கு ஆங்கிலம் தெரியுமா? கற்றுக்கொண்டால் தெரியும். இது சொந்த வீடா? வாங்கினால் சொந்த வீடு.

இப்படி பேச்சில் ஒரு அருமை இருக்க வேண்டும் என்று வாரியார் சொல்வார். அருணகிரிநாதர் மிகத் தெளிவாகச் சொன்னார். சொன்னால் தெரியும். வில்லிபுத்தூரார் ரொம்ப மிரண்டு போய்விட்டார். ஏன் என்றால் எதைக்கேட்டாலும் இப்படி பேசுகிறானே. கேட்டுவிட்டு மெதுவாகச் சொன்னார் வில்லிபுத்தூரார். நான் ஒரு பாடல் பாடுவேன். அந்தப் பாடலை

நீ திருப்பிப்பாடி அதற்கு பொருள் சொல்ல வேண்டும், என்று சொன்னார். சரி சொல்லிவிடுவோம். அப்படி சொல்லவில்லை என்றால் உன் காதுகளை அறுத்துவிடுவோம். பாட்டு பாடுவதற்கு முன்பாகவே உன் காதில் ஒரு துரட்டியை மாட்டிவிடுவோம். துறடு என்ற தொரட்டியை மாட்டிவிடுவோம். அருணகிரி திரும்பக் கேட்கிறார். அப்பொழுது இந்த விதி உங்களுக்கும் உண்டு இல்லையா? ஆமாம் எனக்கும் உண்டு என்றார் வில்லிபுத்தூரார். இதுவரைக்கும் யாருமே அப்படிக் கேட்ட தேயில்லை. முதல் தடவையாக அருணகிரிநாதர் கேட்கிறார். அருணகிரிநாதர் கேட்டவுடனேயே ஸ்ரீவில்லிபுத்தூரார் காதுகளிலும் தொரடு மாட்டப்பட்டது. இரண்டுபேர் காதிலும் தொரடு மாட்டினார்கள். வில்லிபுத்தூரார் முதலில் பாடினார். நூறு பாடல். பெருமாளைப் பற்றிப் பாடுகிறார். அவர் பாடப் பாட அந்தப் பாடலைத் திரும்பச் சொல்லி அர்த்தமும் சொல்லிவருகிறார். இப்பொழுது வில்லிபுத்தூரார் பாடி முடித்துவிட்டார். அருணகிரிநாதர் பாடுகிறார். கந்தரந்தாதி பாடுகிறார். பாடப் பாட வில்லிபுத்தூரார் என்ன செய்கிறார், அந்தப் பாட்டை திருப்பிப்பாடி அதற்கு விளக்கமும் சொல்லிக் கொண்டிருக்கிறார். நன்றாகப்போய்க் கொண்டிருக்கிறது. 53ஆவது பாடல் வரைக்கும் அருமையாகப் போய்விட்டது. 54ஆவது பாடல். அருணகிரிநாதர் முருகனை வேண்டி தியானித்து ஒரு பாட்டு பாடுகிறார். தகர வரிசையில் அந்தப்பாடலை பாடுகிறார். அந்தப் பாடல் வில்லிபுத்தூராருக்குப் புரியவில்லை. பாட்டே புரியவில்லை. அப்புறம் எப்படி விளக்கம் சொல்வது? முடியவில்லை அமைதியாகிவிட்டார். அருணகிரி கேட்டார். என்னங்கையா தோற்றுவிட்டீர்களா? ஆமாம் நான் தோற்றுவிட்டேன். அப்பொழுது உங்கள் காதுகளை அறுக்கலாமா? என்று கேட்டார். ஆம். என் காதுகளை அறுக்கலாம் என்றார் வில்லிபுத்தூரார். ஆனால் அருணகிரி கருணையின் வடிவமானவர். அப்படியே தொரட்டியை எடுத்து கீழே வைத்துவிட்டு போய் கட்டிப் பிடித்துவிட்டார். கற்றாரை கற்றாரே காமுறுவர். கட்டிப்பிடித்தார். கட்டிப்பிடித்து இளங்கவிகளை ஆதரியுங்கள். அவர்கள் காதுகளையெல்லாம் அறுக்காதீர்கள். அவர்களை

ஆதரித்து அவர்களை வளர்க்கவேண்டும் என்று அருணகிரி சொன்ன பிறகு, திருவண்ணாமலைக்கு வருகிறார்

திருவண்ணாமலைக்கு வந்துவிடுகிறார். திருவண்ணாமலைக்கு வந்து கந்தக் கடவுளே நமது சொந்தக்கடவுள் என்று, முருகப்பெருமானைப் பற்றி பேசிக்கொண்டே திரிகிறார். அப்பொழுது அங்கே இருக்கிற மன்னன் இவரைப் பற்றி கேள்விப்பட்டு இவரை அரசவைக்கு கூப்பிடுகிறார். அரசவைக்கு இவர் போகிறார். போனவுடனே இவருடைய புலமையைப் பார்த்து அந்த மன்னன் வியந்து போகிறான். அந்த மன்னன் வியந்து போய் முந்தைய சொற்பொழிவிலும் இதைப் பார்த்தோம். கிருஷ்ணதேவராயர் என்றொரு மன்னன் அருணகிரி நாதரை அழைத்துக்கொண்டார். வியந்துபோய் அரசவையிலேயே இருங்கள் என்கிறார்.

அரசவையில் ஏற்கெனவே ஒருத்தன் இருக்கிறான். ஒரு கவிஞன். சம்பந்தாண்டான் என்று பெயர். அவர் பார்வதி தேவியைப் பாடுகிறவன். பார்வதி தேவியின் தீவிர பக்தன். அருணகிரி வந்ததும் அவனுக்குப் பிடிக்கவேயில்லை. ஆரம்பத்திலே இருந்து பிரச்சினை செய்து கொண்டிருந்தான். அப்பொழுது மன்னரிடம் சொல்கிறான். இவர் பெரிய கவிஞர், கவிஞர் என்று சொல்கிறீர்களே அப்படி என்ன பண்ணினார் என்று. முருகனைப் பற்றிப் பாடுகிறார். கல்விச் செருக்கோடு இருந்த ஸ்ரீவில்லிபுத்தூராருடைய செருக்கை அடக்கியவர். அப்படியெல்லாம் சொன்னவுடனே, நான் காளியை அதாவது பார்வதிதேவியை இங்கே வரவைப்பேன். இவர் முருகனை வரவைக்க முடியுமா? என்று கேட்க. மன்னர் இதில் என்ன பிரச்சினை வரவைத்துவிடுவோம் என்று கூப்பிட்டு அருணகிரியாரே நீங்கள் முருகனை வரவைக்க வேண்டும் என்கிறார். சம்பந்தாண்டரிடம் இவர் கேட்கிறார். இப்பொழுது நீ காளியை வரவைக்க முடியுமா? என்று. நான் வரவைப்பேன் என்று சொல்கிறார் சம்பந்தாண்டார். இரண்டு பேருக்கும் வாக்குவாதம் முற்றுகிறது. சம்பந்தாண்டான் பாடுகிறான். பாடப் பாட காளி தேவி வரவில்லை. நீ வஞ்சனையோடு செய்கிறாய்

அதனால் வரமாட்டேன் என்று சொல்ல. திருப்பி அவர்கள் அம்மாவிடம், பார்வதி தேவியிடம் சொல்கிறான் சம்பந்தாண்டான். நீ வரவில்லை என்றாலும் பரவாயில்லை. உன் பிள்ளையை மட்டும் அனுப்பி வைத்து விடாதே. உன் கையில் பிடித்துக்கொள் என்று. சரி என்று முருக பெருமானை தன் மடியிலே வைத்து அமர்த்திக்கொண்டார் பார்வதி தேவி. அருணகிரிநாதர் பாடுகிறார், பாடுகிறார், பாடிக்கொண்டே இருக்கிறார். முருகப் பெருமான்வரவில்லை. ஞானதிருஷ்டியிலே பார்க்கிறார். பார்வதி தேவியின் மடியிலே அமர்ந்திருக்கிறார் முருகப் பெருமான். பார்வதி தேவி விடவில்லை. அப்பொழுது தான் மயில் விருத்தம் பாடுகிறார். மயில் விருத்தம் பாட கையிலாயத்தில் அந்த மயில் தோகை விரித்து ஆட. அந்த மயிலின் அழகைக் கண்டு வியந்து போய் பார்வதி தேவி அந்த இடத்தில் கையை மெதுவாக எடுக்கிறார்கள். அந்த இடைவெளியில் முருகப்பெருமான் மயில்மீது ஏறி வந்து திருவண்ணாமலையில், தூணில் காட்சி கொடுக்கிறார்.

இதைப் பார்த்த பிறகு அரசவையே வியந்து போனது. காட்சி கொடுத்தபிறகு முருகன் இருக்கிறான். அருணகிரியின் கவிப்பெருமை பேசப்பட்டது. எல்லோரும் கைதட்டுகிறார்கள். பாராட்டுகிறார்கள். இதை சம்பந்தாண்டானால் பொறுக்க முடியவில்லை. முருகன் நேரடியாக வந்தவுடனே இதைப் பார்த்தவுடனே பிரபுடத்தேவராயர் மன்னனுக்கு கண் கூசி கண் போய்விட்டது. இப்பொழுதும் இந்த அரசவைக் கவிஞன் சம்பந்தாண்டான் விடவில்லை. மெதுவாகச் சொல்கிறான். அய்யா உங்கள் கண்களைக் காப்பாற்ற வேண்டிய திறமை அருணகிரியிடம்தான் உள்ளது. இவரிடம் சொல்லுங்கள் பாரிஜாதப் பூவை பிடுங்கிக்கொண்டு வரச்சொல்லி. அவ்வாறு சொன்னவுடனே மன்னர் ஆணையிடுகிறார். அருணகிரியே என் கண்களைக் காப்பாற்று. நீ தேவலோகம் சென்று பாரிஜாதப் பூவை எடுத்துவா. தேவலோகத்திற்குப் போக வேண்டும் என்றால், மனித உடலோடு போக முடியாது. அதனால் கிளியின் ரூபத்தில் அவர் போகிறார். உடலை கிடத்திவிட்டு.

முன்னமே அந்த சொற்பொழிவில் நாம் பார்த்தோம். அந்த உடலை சம்பந்தாண்டான் எரித்துவிடுகிறான். வந்து பார்க்கிறார். உடல் இல்லை. மன்னரை குணப்படுத்திவிடுகிறார். பிறகு கிளியின் வடிவமாகவே இருந்து, அந்த கோபுரத்திலேயே அவர் வாழ்ந்தார் என்பதை நாம் ஏற்கனவே பார்த்தோம். இப்படித்தான் அருணகிரிநாதருடைய இறுதிக்காலம் கிளியின் ரூபமாகவே இருந்தது. திருவண்ணாமலைக்குச் சென்று அந்தக் கிளியை நீங்களும் பார்க்கலாம்.

அருணகிரிநாதர்

14

அனைவருக்கும் ஆத்மிக் ஞானகுருவின் அன்பு வணக்கங்கள்.

திருவண்ணாமலை பற்றி பார்த்துக் கொண்டிருக்கிறோம். அந்த வரிசையில் இன்றைக்கு இடைக்காடர். இடைக்காடர் இடைக்காட்டூரைச் சேர்ந்தவர் என்று ஒரு கருத்து இருக்கிறது. இவர் இடையன் திட்டு என்கிற ஊரைச் சேர்ந்ததனால் இவருக்கு இடைக்காடர் என்று பெயர் வந்தது என்றும் சொல்கிறார்கள். இன்னும் ஒருசாரார் என்ன சொல்கிறார்கள் என்றால், இடைக்காடு என்கிற ஊரில் பிறந்ததனாலேயும் அல்லது இடைக்கழி நாட்டில் இவர் பிறந்ததினாலும் இவருக்கு இடைக்காடர் என்று ஒரு பெயர் வந்திருக்கிறது என்றும் சொல்கிறார்கள். பல்வேறு கருத்துகள், இவருடைய பிறப்பைப் பற்றி இருக்கிறது.

இடைக்காடர் கையில் அமிர்தகலசம் வைத்திருப்பார் என்று என் குருநாதர் எனக்குச் சொல்லியிருக்கிறார். இன்னும் ஒருசிலர் என்ன சொல்கிறார்கள் என்றால், நாயன்மார்களில் ஒருவராகிய ஆனாயநாயனார்தான், இந்த இடைக்காட்டுச் சித்தர் என்றும் ஒரு கருத்து இருக்கிறது. ஆனால் மூத்த பேராசிரியர்கள் சொல்வது என்னவென்றால் இரண்டு இடையர்கள் பேசிக்கொள்வது போல் இவருடைய பாடல்கள் இருக்கிறதனால் இவருக்கு இடைக்காடர் என்று ஒரு பெயர் வந்தது என்று சொல்கிறார்கள். ஏனென்றால், இவருடைய பாடல்களை யெல்லாம் பார்த்தீர்களேயானால் பால் கறப்பது, பசுவைக் கூப்பிடுவது, கோனாரைக் கூப்பிடுவது, இப்படி இடையர் சம்பந்தப்பட்ட விஷயங்களாகவே அந்தப் பாடல்கள் இருக்கும்.

அதனால் இவருக்கு இடைக்காடர் என்று ஒரு பெயர் வந்திருக்கலாம் என்று ஒரு கருத்து இருக்கிறது. இவர் ஒரு முக்காலமும் அறிந்த, எல்லாமும் அறிந்தவர். ஜோதிடம் தெரியும். சித்தர்களிலேயே வானவியல் சாஸ்திரம் தெரிந்த மிகவும் நுணுக்க மான சித்தர் என்று இவரைச் சொல்வார்கள்.

இடைக்காடர்

இந்த நாட்டுக்கு பஞ்சம் வரப்போகுது என்பதை தன்னுடைய ஞானதிருஷ்டியால், முன்னாலேயே பார்த்துவிட்டு, ஆட்டுக்குட்டிகளை நிறைய வாங்கினார். நிறைய ஆட்டுக்குட்டிகளை வாங்கி, அந்த ஆட்டுக்குட்டிகளுக்கு எருக்கன் இலைகளைக் கொடுத்து சாப்பிட வைத்தார். அதுவும் சாப்பிட்டது. இப்பொழுது இந்த ஆட்டுக்குட்டிகள் எருக்கன் இலைகளைத் தவிர வேறு எதையும் சாப்பிடாது. அப்படி வளர்த்துவிட்டார். அதே நேரத்தில் வரகரிசியை மண்ணில் கலந்து கலந்து வீடு கட்டிவிட்டார். வரகுருவை என்று சொல்வார்களே அந்த வரகரிசியை. வரகுருவை மண்ணில் கலந்து கலந்து வீடு கட்டிவிட்டார். இப்படி வாழ்க்கை நடந்து கொண்டிருக்கும் பொழுது, திடீரென்று இந்த பூமியில் பஞ்சம வந்துவிட்டது.

நல்லா ஆழமாகக் கவனிக்க வேண்டும் இந்த வார்த்தையை. திடீரென்று பூமியில் பஞ்சம் வந்துவிட்டது. இந்த பூமியில் நடக்கிற ஒவ்வொரு சம்பவமும் கிரகங்களினால் நடக்கிறது என்கிற கருத்து இடைக்காடரின் கருத்து. இவ்வளவு பஞ்சம்

வந்ததற்கு நவக்கிரகங்கள் தான் காரணம் என்பதை உணர்கிறார். பூமியில் இருக்கக்கூடிய உயிர்களெல்லாம் சாப்பாடு இல்லாமல் மடிந்துப்போகிறது. தண்ணீர் வசதியில்லாமல் மடிந்துபோகிறது. ஆனால் இவர் வளர்க்கக்கூடிய ஆட்டுக்குட்டிகளோ எருக்கஞ் செடிகளைச் சாப்பிட்டு வளரும். மழையே இல்லையென்றாலும் எருக்கஞ்செடி வளரும். எருக்கஞ்செடிகளைச் சாப்பிட்டுக்கொண்டு இந்த ஆட்டுக்குட்டிகளெல்லாம் வளர்கிறது. ஆட்டுக்குட்டிகள் எருக்கஞ்செடிகளைச் சாப்பிட்டு அந்த மண் வீட்டில் இருக்கக்கூடிய அந்த மண்ணை உரசுகிறது. உரசுவதனால் அந்த வரகுருவை அரசி கீழே விழுகிறது. அதை எடுத்து இவர் சாமிக்கு நைவைத்யம் எல்லாம் பண்ணுகிறார். இதைப் பார்த்துவிட்டு நவக்கிரகங்கள் ஆச்சரியப்படுகின்றன. இந்த பூமியே இப்படி இருக்கும்பொழுது. இவர் மட்டும் என்னவோ செய்கிறாரே என்று சொல்லி நேராக வந்துவிட்டார்கள். வந்தது நவக்கிரகங்கள் தான் என்பதைப் புரிந்துகொண்ட இடைக்காடர், வந்தவர்களுக்கு ஆட்டுப்பால் கறந்துக் கொடுக்கிறார். இது எருக்கஞ்செடி சாப்பிட்டு வளர்ந்த ஆடு. இந்த ஆட்டுப்பாலை குடித்தவுடன் நவக்கிரகங்களுக்கு மயக்கம் வந்துவிட்டது. கீழே படுத்துவிட்டார்கள்.

படுத்தவுடன் அவரவர்கள் நிலையை எந்தந்த இடங்களில் எந்தந்த நவக்கிரகங்கள் இருக்குமோ அப்படியேதான் வந்து உட்கார்ந்து பால் சாப்பிட்டார்கள். அப்படியே படுத்துவிட்டார்கள். இப்பொழுது படுத்த நவக்கிரகங்களை இவர் மாற்றி மாற்றி அமைக்கிறார். சூரியன் அந்தப் பக்கம் இருக்க வேண்டும். சந்திரன் இந்தப் பக்கம் இருக்க வேண்டும். கேது இப்படி இருக்க வேண்டும். இராகு இப்படி இருக்க வேண்டும் என்று மாற்றி மாற்றி வைக்கிறார். இவர் வானசாஸ்திரம் படித்தவர் இல்லையா? மாற்றி மாற்றி வைத்ததும், பூமியில் மழை பெய்ய ஆரம்பித்துவிட்டது. விழித்துப் பார்த்த நவக்கிரகங்களுக்கு ஆச்சர்யம். இவ்வளவு அறிவாளியா நீ? என்று சொல்லி இடைக்காட்டுச் சித்தரைப் பாராட்டிவிட்டுச் சென்றார்கள்.

 அதிசயம் தரும் அண்ணாமலையார்

இப்படி மக்களின் மீது அதிகமாக பாசம் கொண்டவர் இடைக்காட்டுச்சித்தர். இவருடைய ஜீவசமாதி இந்த மலைக்குப் பின்புறம் இருக்கிறது என்று ஒருசிலர் சொல்கிறார்கள். ஒருசிலர் ஆலயத்தின் பின்புறம்தான் இருக்கிறது என்று சொல்கிறார்கள். நாம் தேடிப்பார்த்தோம் இல்லை. கிடைக்கவில்லை. எங்கே இருக்கிறது என்று தெரியவில்லை. திருவண்ணாமலை சென்றால் நாம் இடைக்காட்டுச் சித்தரை மனதால் நினைத்து வணங்க வேண்டும் என்பது மிக மிக முக்கியம்.

கிரகங்களையே மாற்றி அமைத்து, பூமியின் விதியையே மாற்றிஅமைத்தவர் இடைக்காட்டுச் சித்தர். நமக்கான கிரகங்களையும் மாற்றி அமைத்து நமக்கான விதியையும் மாற்றி அமைக்கக்கூடிய வல்லமை நிறைந்தவர் இடைக்காட்டுச் சித்தர் என்பதை மனதிற்குள் கொண்டு, திருவண்ணாமலை கிரிவலத்தின்போது, நாம் மனதார நினைத்து வணங்க வேண்டிய மிக முக்கியமான சித்தர்களுள் இடைக்காட்டுச் சித்தர் முதன்மையானவர் என்பதை மனதில் கொள்ள வேண்டும்.

ஆடிப் பாடி திருஅண்ணாமலையைக்
கைதொழ ஓடிபோகும் வல்வினைகளே

15

அனைவருக்கும் ஆத்மிக் ஞானகுருவின் அன்பு வணக்கங்கள்.

திருவண்ணாமலை பற்றி பார்த்துக்கொண்டிருக்கிறோம். அந்த வரிசையில் இன்றைக்கு நாம் பார்க்க இருக்கிற சித்தர் குகை நமச்சிவாயர். இந்த குகை நமச்சிவாயர், கர்நாடகாவில் உள்ள மல்லிகார்ஜுனம் என்கிற ஒரு பகுதியில் பிறந்து வளர்ந்தவர். பிறவியிலேயே இவருடைய அப்பா அம்மா இவருக்கு வைத்த பெயர் நமச்சிவாயர். ரொம்ப சின்ன வயதிலேயே இவர் சிவன் மீது பக்தி உள்ளவனாக இருந்திருக்கிறார். இறைவன்மீது இருக்கக்கூடிய விருப்பம், நாளுக்குநாள் கூடிக்கொண்டே இருந்தது. அதனால் அந்த ஊரில் ஸ்ரீசைலத்தில் வாழ்ந்து வந்த தவயோகி சிவானந்த தேசிகர் என்கிறவரை குருநாதராக ஏற்றுக்கொண்டு அவருக்கு சேவை செய்து கொண்டு அவருடைய ஆஸ்ரமத்தில் வளர்ந்தவர்.

இந்த சிவானந்த தேசிகர் யாரென்று பார்த்தீர்களேயானால் ஒரு வீரசைவர். உங்களுக்குத் தெரியும் வீர சைவ வழிமுறைகள் என்று ஒன்று தனியாகவே இருக்கிறது. அதை அவர் தம்முடைய சீடனுக்கு போதித்து வந்தார். இப்படித்தான் இவர்களுடைய வாழ்க்கை ஆரம்ப காலத்தில் இருந்திருக்கிறது. அந்த குருநாதர் சொல்கிற வழிமுறையில் இவருடைய வழிபாடுகள் தவமுறையெல்லாம் இருந்திருக்கிறது. ஒருநாள் கனவில் அண்ணாமலையார் வந்திருக்கிறார். அண்ணாமலையார் கனவில் வந்து நீ நேராக திருவண்ணாமலைக்கு வாப்பா என்று சொல்லி,

ஒரு கட்டளையைப் போட்டுள்ளார். இந்தக் கனவை இவர் மறுநாள் குருநாதரிடம் சொன்னார். இந்த மாதிரி ஒரு கனவு வருகிறது. உடனே குரு இது இறைவனுடைய விருப்பம் அப்பா. நீ அண்ணாமலைக்குப் போய்விடு என்று சொல்லி நமச்சிவாயரை அண்ணாமலைக்கு அனுப்பி வைத்தாயிற்று. இப்படி அண்ணாமலைக்கு வந்துகொண்டிருக்கும் பொழுது ஒரு அன்பர், வழியில் ஒரு வழிப்போக்கனாக இருக்கிறவர். இவரைப் பார்த்துவிட்டு, அய்யா நீங்கள் எங்கே போகிறீர்கள்? என்று கேட்கிறார். அதற்கு நமச்சிவாயர் நான் திருவண்ணாமலைக்குப் போகிறேன் என்று சொல்கிறார். சரி நம் வீட்டில் ஒரு விஷேசம் இருக்கிறது வந்து சாப்பிட்டுவிட்டுச் செல்லுங்கள். எங்கள் சொந்தக்காரரர் வீடுதான் என்று சொல்லி கூப்பிட்டுக்கொண்டு போனார்.

அது ஒரு திருமண வீடு. திருமண வீட்டில் சென்று சாப்பிடுகிறார். சாப்பிட்டு முடித்த உடனே இவர் ஒரு சாமியார் என்று தெரிந்தவுடனே எல்லோரும் வந்து விபூதி கேட்கிறார்கள். இவரும் விபூதி எடுத்து கொடுக்கிறார். கொஞ்சம் நேரத்தில் அங்கே இருக்கக்கூடிய மணப்பந்தல் தீப்பிடித்து எரிந்தது. எல்லோரும் என்ன சொல்கிறார்கள் என்றால், இந்த ஆளு விபூதி கொடுத்ததனால் தான் தீப்பிடித்து விட்டது. இந்த ஆளை சும்மா விடக்கூடாது என்று சொல்லி அடிக்க வருகிறார்கள். அடிக்க வருகிறபொழுது, நமச்சிவாயர் இரண்டு கரங்களைத் தூக்கி அண்ணாமலையாரிடம் வேண்டுகிறார். இது என்னப்பா திருவிளையாடல் என்று. இவர் வேண்டுதலை ஏற்றுக்கொண்டு அண்ணாமலையார் உடனே அருள்மழை பொழிகிறார். உடனே மணப்பந்தல் எல்லாம் பழைய மாதிரி மாறுகிறது. அப்பொழுது இவருடைய அருளைப் புரிந்து கொண்டு, இவரிடம் இருக்கக்கூடிய சக்தியைப் புரிந்து கொண்டு, எல்லோரும் காலிலே விழுந்து வணங்குகிறார்கள்.

நமச்சிவாயம் அந்த இடத்தைவிட்டு கிளம்புகிறார். கிளம்பும் போது நமச்சிவாயம் ஒரு முடிவெடுக்கிறார். இனிமேல் யாருடைய வீட்டிற்கும், யாருடைய விசேஷத்திற்கும்

போகக்கூடாது. போய் சாப்பிடக்கூடாது. அப்படியென்று ஒரு முடிவெடுத்து திருவண்ணாமலைக்கு வந்துவிடுகிறார். அண்ணாமலைக்கு வந்து அண்ணாமலையாரின் சந்நிதியின் வாசலிலே வந்து இறைவனை வணங்கிய பிறகு, அங்கே ஒரு மண்டபத்தில் தங்கிக் கொள்கிறார். காலையில் எழுந்திருப்பது, தவம் பண்ணுவது, முச்சுப் பயிற்சி பண்ணுவது, பசித்தால் வீடு வீடாய் சென்று கை தட்டுவது. சாப்பாடு கொடுத்தால் சாப்பிடுவது இல்லையென்றால் பட்டினியாகக் கிடப்பது. இப்படித்தான் அவருடைய வாழ்க்கை நகர்ந்து கொண்டிருக்கிறது.

வீரசைவ வழிபாட்டு முறையில், கோயில் உள்ளே போகாமல் வெளியில் இருந்தே வணங்குவது ஒருமுறை. நமச்சிவாயர் என்ன செய்கிறார் அண்ணாமலையாரின் ஆலயத்திற்கு முன்பாக நின்று, கை சைகை காட்டி சிவனை வணங்குகிறார். இதைப் பார்த்துக்கொண்டே இருந்த சிவாக்கிரஹ யோகி என்ற ஒரு யோகி அவர் ஒரு பெரிய மகான். அந்த மகான் என்ன யோசிக்கிறார் என்றால் என்னப்பா இவன் வந்து கடவுளை அவமதிக்கிறானே உள்ளே சென்று சாமி கும்பிடாமல் வெளியே நின்று கை சைகையெல்லாம் ஏதேதோ செய்துகொண்டிருக்கிறான். இறைவனை அவமானப்படுத்துகிற மாதிரி இருக்கிறதே என்று சொல்லி, கையில் இருக்கிற பிரம்பை வைத்து நமச்சிவாயத்தை வெளு வெளு என்று வெளுத்து வாங்கிவிட்டார்.

நமச்சிவாயம் இதற்கு பதிலெல்லாம் சொல்லவில்லை. இது இறைவனுடைய விருப்பம் என்று நினைத்து அடியை வாங்கிக்கொண்டு நேராக பழையபடி இருக்கிற இடத்தில் சென்று இருந்து கொண்டார். இப்படியே நகர்ந்து கொண்டிருக்கிறது.

ஒருநாள் நமச்சிவாயர் இறைவனை வணங்கலாம் என்று சொல்லி அண்ணாமலையார் ஆலயத்தை நோக்கி வரும்பொழுது, இவருடைய குருநாதர் சிவானந்த தேசிகர் அந்த இடத்தில் நிற்கிறார். இவருக்கு ஆச்சரியம். என்னடா நம்ம குருநாதர் இங்கே நிற்கிறாரே என்று சொல்லி கரங்களை எடுத்து

வணங்குகிறார். சிவானந்த தேசிகரோ. இங்கே வாப்பா கோயில் உள்ளே போகலாம் என்று சொல்லி நமச்சிவாயரை அழைத்துக் கொண்டு, இருவருமே அண்ணாமலையாரின் ஆலயத்திற்குள் செல்கிறார்கள். இரண்டு பேருமே செல்கிறார்கள். சிவபெருமானை வணங்குகிறார்கள். கண்ணை முடி வணங்கிக் கொண்டு இருக்கும் பொழுது கண்ணை திறந்து பார்க்கிறார். பக்கத்தில் இருக்கிற சிவானந்த தேசிகரைக் காணவில்லை. புரிந்துவிட்டது நமச்சிவாயருக்கு, வந்தது குருநாதர் அல்ல. சாட்சாத் சிவபெருமானே. இதுவரை வெளியே இருந்து சைகை மூலமாக வணங்கிவந்த நமச்சிவாயத்திற்கு ஆலயத்திற்குள் வந்து வணங்க வேண்டும் என்பதை யார் சொன்னால் கேட்பார், குருநாதர் சொன்னால்தான் கேட்பார். அப்பொழுது இறைவன் என்ன நினைக்கிறார். நாம் சொன்னாலும் கேட்கமாட்டான். இறைவனே சொன்னாலும் கேட்காத குருபக்தி நிறைந்தவன். குருவின் மூலமாகவே செய்தியைச் சொல்வோம் என்று சொல்லி சிவானந்த தேசிகர் வடிவத்திலே சிவபெருமான் வந்து ஆலயத்திற்குள் அழைத்துச் சென்றார்.

பிறகு தினசரி கோயிலுக்குள் சாமி கும்பிட ஆரம்பித்து விட்டார். இறைவனை வணங்குகிறார். அப்பொழுது அசரிரீயாக ஒரு குரல் கேட்கிறது. என்னவென்றால் நீ வெளியே அலைந்தது போதும். இந்த மலையின் மேல் உள்ள குகையில் வந்து உட்கார்ந்து தவமிரு என்று அந்த அசிரிரீ சொல்கிறது. நமச்சிவாயரும் அந்த மலையில் உள்ள சின்ன குகையில் போய் உட்கார்ந்து தங்கி அங்கேயே தவமிருக்கிறார். பழையபடி பசித்தால் இறங்கி கீழே வருவது. வீட்டிற்கு முன்னாடி நின்று கை தட்டுவது. அவர்கள் சோறு கொடுத்தால் சாப்பிடுவது. இல்லையென்றால் பட்டினியாய் இருப்பது. இப்படியே குகையில் போய் உட்கார்ந்து தவமிருக்க ஆரம்பித்தார். தவம் செய்யச் செய்ய பழுக்கிறது அவரது மனமும் உடம்பும். அப்படியே ரொம்ப சக்திகள் கூடுகிறது. சக்திகள் கூடுகிற பொழுது ஆடுகள் மேய்த்துக் கொண்டிருக்கிற ஒரு இடையன் ஓடிவருகிறான். அய்யா என்னுடைய சினைஆடு திடீரென்று செத்துப்போய்விட்டது. அந்த ஆடு செத்தது செத்ததாகவே

போகட்டும். உள்ளுக்குள்ள இருக்கிற குட்டிகளையாவது உயிரோடு கொடுத்தீர்களென்றால் ரொம்ப நன்றாக இருக்கும் என்று கேட்கிறான். கேட்டவுடனே நமச்சிவாயர் சொல்கிறார். அந்த ஆட்டை போட்டுவிட்டு நீ வீட்டுக்குப்போ என்கிறார். அவனும் போட்டுவிட்டு வந்துவிட்டான். பக்கத்து கிராமத்துக்காரன். மறாவதுநாள் போய் பார்த்தால் செத்த ஆடும் பிழைத்திருந்தது. வயிற்றில் இருந்த குட்டிகளும் அங்கே விளையாடிக்கொண்டிருந்தன. அவனுக்கு ஆச்சரியம் தாங்கமுடியவில்லை. செத்த ஆடு பிழைத்துக்கொண்டதே. நமச்சிவாயர் கால்களிலே விழுந்து அந்த இடையன் வணங்கினான். வணங்கிய பிறகு வீட்டுக்குப்போனான்

கிராமத்துக்குப் போய் எல்லோரிடமும் இந்த விஷயத்தைச் சொன்னான். அந்த கிராமத்தில் உள்ள இளைஞர்களெல்லாம் அவனை கேலி பண்ணினார்கள். அப்படியெல்லாம் யாராவது இருப்பார்களா? இருக்கிறார். திருவண்ணாமலையில் குகைக்குள் ஒருத்தர் இருக்கிறார். சரி அவரை நாம் பரிசோதித்து பார்க்கலாம் என்று சொல்லிவிட்டு ஒரு கயிறு கட்டிலை எடுத்து ஒரு இளைஞனை படுக்கச் சொன்னார்கள். படுத்து செத்தது மாதிரி நடிப்பா என்றதும், அவனும் நடிக்கிறேன் என்றான். அவனைத் தூக்கிக்கொண்டு குகைக்குப் போனார்கள். யார்? அந்த இளைஞர்களெல்லாம். அந்த கிராமத்து இளைஞர்கள் எல்லாம். ஆனால் அந்த இடையன் கெஞ்சுகிறான். வேணாம். இப்படியெல்லாம் சோதித்துப் பார்க்காதீங்க அய்யா. ஆனால் அந்த இளைஞர்கள் கேட்கவில்லை. தூக்கிக்கொண்டு போய் வைத்து, அய்யா இவன் செத்துப்போய்விட்டான், இவனை காப்பாத்துங்க என்று சொல்கிறார்கள். ஆனால் அவன் சாகவில்லை. உயிரோடுதான் இருக்கிறான். செத்தது மாதிரி நடித்துக்கொண்டிருக்கிறான் அந்தப் பையன்.

நமச்சிவாயர் அவர்களைப் பார்த்துவிட்டு நம்மளை சோதிக்கிறதுக்காக வந்திருக்கிறார்கள் என்று புரிந்து கொண்டு ஒரு வார்த்தையைச் சொல்கிறார். செத்தது செத்ததுதான். அவன்

பிழைக்கமாட்டான் என்று சொன்னார். உடனே இளைஞர்களெல்லாம் சிரிக்கிறார்கள். அவன் சாகவேயில்லை. உயிரோடு தான் இருக்கிறான். ஏய்யா பொய் சொல்றீங்க? என்று அந்த இளைஞனை எழுப்பிப் பார்த்தால் உண்மையிலேயே இறந்து போய்விட்டான்.

இப்பொழுது அவர்களுக்கு அவருடைய சக்தி புரிந்தது. அழுதார்கள். இப்படி ஒரு சக்தி நிறைந்தவராக இருக்கிறாரே? செத்தது மாதிரி நடித்தது உண்மையிலேயே செத்துப்போய் விட்டானே என்று சொல்லி அழுகிறார்கள். அப்பொழுதுதான் அவர் எழுதுகிறார் "கோலர் இருக்கும் ஊர் கொன்றாலும் கேளாவூர்" அப்படியென்று ஒரு பாடல் எழுதுகிறார். கோலர் இருக்கும் போது கொன்றாலும் கேளாவூர் என்று தொடங்கி அந்தப் பாடலின் கடைசி வரியில் அழியும் ஊர் அண்ணாமலை என்று பாடுவதற்காக வாய் எடுக்கிறார். எடுக்கும் போது அசரிரீயாக ஒரு குரல் கேட்கிறது. சிவபெருமான்சொல்கிறார், அடே நான் ஒருவன் இங்கே இருக்கிறேன்டா அப்படியென்று குரல் கொடுக்க, சினம் தணிந்து அந்த வரியை மட்டும் அவர் மாற்றி எழுதுகிறார். அழியாவூர் அண்ணாமலை. **கோலர் இருக்கும் ஊர் கொன்றாலும் கேளாவூர் காளையரே நின்றும் கதறும் ஊர் நாளும் பழியைச் சுமக்கும் ஊர் பாதகரே வாழும் ஊர் அழியாவூர் அண்ணாமலை** என்று அந்தப் பாடல் இருக்கும். நிறைய பாடல்கள் எழுதியவர். அவர் குகையிலே தவமிருந்ததனால் அவருடைய பெயர் குகை நமச்சிவாயர். இப்படியே அவருடைய வாழ்க்கை முழுக்க அங்கேயே இருந்தார். அங்கேயே இருந்து கொண்டு பல்வேறு சித்துக்களை செய்து சிவபெருமானை வணங்கி, அங்குள்ள பக்தர்களுக்கெல்லாம் அருளாசி வழங்கி வந்தவர் குகை நமச்சிவாயர்.

இதில் இன்னொரு ஆச்சரியம் என்னவென்றால் இவருக்கு ஒரு சீடர் இருந்தார். அவர் பெயரும் நமச்சிவாயம். இவர் குகை நமச்சிவாயம். இவருடைய சீடருடைய பெயரோ குரு நமச்சிவாயம். அந்த குருநமச்சிவாயம் கணவனை இழந்து வந்த ஒரு பெண்ணிற்கு....அதாவது கணவனை இழந்துவிட்டாள்

அந்தப்பெண். ஆயுள் குறைந்துவிட்டது. மூர்ச்சையாகிவிட்டது. உடனே அய்யாவிடம் போய் நிற்கிறாள். இந்த மாதிரி கணவனை நான் இழந்துவிட்டேன். அவன் இறந்துபோய்விட்டான் அப்படி சொல்லி அழுகிறள். இறந்தவன் எங்கே என்று கேட்க வீட்டிலேயே இருக்கிறான். உங்கள் மீது உள்ள நம்பிக்கையில் ஓடிவந்து அழுகிறேன். கேட்கிறேன் என்று சொன்னாள். உடனே நமச்சிவாயம் வந்து சொன்னார். வீட்டிற்குப்போ. இந்த விபூதியை நெற்றியிலே பூசு. உன் கணவன் எழுந்துவிடுவான். இது அவர் செய்த சித்து விளையாட்டுகளிலேயே மிகப்பெரிய பேசப்படுகிற ஒன்று. உடனே போய் அவள் விபூதியைப் பூசியவுடன் அந்தக் கணவன் உயிர்ப்பித்துக்கொள்வான். இதில் ஒரு விஷயம் இருப்பதாகச் சொல்கிறார்கள். என்னவென்றால் நமச்சிவாயத்திற்கு, இறைவன் கொடுத்த ஆயுளில் கொஞ்ச ஆயுளை அந்தப் பெண்ணின் கணவருக்கு கொடுத்துவிட்டாராம். கொடுத்துவிட்டதால் இவருடைய ஆயுள் கொஞ்சம் குறைந்துவிட்டது என்று பக்தர்கள் சொல்கிறார்கள்.

இப்படியே வாழ்ந்த நமச்சிவாயர். ஒரு நல்ல நாளில். சீடர்களால் எழுப்பப்பட்ட ஒரு சமாதிக்குழியில், இவரே போய் அமர்ந்து ஜீவசமாதி ஆகிவிட்டார் என்பது அவருடைய வரலாறு.

இவருடைய ஜீவசாமதி திருவண்ணாமலையில் எங்கே இருக்கிறது என்று பார்த்தால் ஸ்கந்தாசிரம விருப்பாச்சி குகை போகிற பாதையில் இருக்கிறது. இவர் இயற்றிய பாடல்கள் நிறைய இருக்கிறது. அருணகிரி அந்தாதி அருமையான புத்தகம். திருவருணை வெண்பா, சாரபிரபந்தம் இதெல்லாம் இவர் இயற்றிய பாடல்கள். நீங்கள் திருவண்ணாமலை போனால் விருப்பாச்சி குகைக்கு போகிற பாதையில் இருக்கிறது. குகை நமச்சிவாயருடைய ஜீவசமாதிக்குச் சென்று உங்கள் வழிபாட்டை மேற்கொள்ளுங்கள்.

16

அனைவருக்கும் ஆத்மிக் ஞானகுருவின் அன்பு வணக்கங்கள்.

திருவண்ணாமலை பற்றி பார்த்துக்கொண்டிருக்கிறோம். அதில் குகை நமச்சிவாயரைப் பார்த்தோம். அவருடைய சீடர் குருநமச்சிவாயரைப் பற்றி பார்க்க இருக்கிறோம். குகை நமச்சிவாயர் பல்வேறு சித்துக்களைச்செய்து ஜீவசமாதி ஆனவர். அவர் வாழ்ந்துகொண்டிருக்கிறபொழுது ஒருநாள் நமச்சிவாயம் என்றொருவர் தேடிவந்தார். அந்த நமச்சிவாயர் வந்தவுடனேயே குருவுக்குப் புரிந்துவிட்டது இவன் நமது சீடன் என்று. சீடனுக்கும் புரிந்துவிட்டது இவர்தான் நம்முடைய குரு என்று. இருவரும் ஒருவொருக்கொருவர் சிரித்துக்கொண்டனர். குருவின் கால்களில் விழுந்து ஆசியைப் பெற்ற பிறகு குகை நமச்சிவாயரிடம் சீடனாக தொடர்ந்து பணி செய்தவர் குரு நமச்சிவாயம்.

அவரது பெயர் நமச்சிவாயம். இந்த நமச்சிவாயம் குருநாதருக்கு கைகால் பிடித்து விடுவது. சமைத்துத் தருவது. அவருக்கு படுக்கை விரித்துக்கொடுப்பது தவம் செய்யும்போது காவலுக்கு இருப்பது. கூடவே அவரும் தவம் செய்வது. அவரிடமிருந்து பல்வேறு வித்தைகளைக் கற்றுக் கொள்வது என்று வாழ்க்கையை நடத்திக் கொண்டிருந்தார். இப்படி இவர்கள் வாழ்க்கை நகர்ந்து கொண்டிருந்த பொழுது, ஒருநாள் இரவு குருநாதர் படுத்துக்கொண்டார். நமச்சிவாயத்தைக்

கூப்பிட்டு நமச்சிவாயா வந்து கால்களைப் பிடித்துவிடு என்று சொன்னார். நமச்சிவாயமும் கால்களைப் பிடித்துவிட்டார். அப்படி பிடித்துவிடும் பொழுதே நமச்சிவாயம் சிரிக்கிறார். குருவுக்கு சந்தேகம் வந்துவிட்டது. என்ன? இவன்பாட்டும் சிரித்துக்கொண்டிருக்கிறான். ஒன்றுமே கேட்கவில்லை. விட்டுவிட்டார். மீண்டும் ஒருவாரம் கழித்து திரும்பவும் ஒருநாள் கால்களைப் பிடித்துவிடப்பா என்று சொல்ல நமச்சிவாயம் வந்து கால்களைப் பிடித்துவிடுகிறார். இப்பவும் நமச்சிவாயம் சிரிக்கிறார். இப்பொழுது குருவுக்கு கொஞ்சம் கோபம் வந்துவிட்டது. என்னப்பா இவன் காலை அழுத்தச்சொன்னால் அவ்வப்போது சிரிக்கிறானே? என்று அப்புறம் சிரித்துக்கொண்டே இருந்த நமச்சிவாயம் தான் கட்டியிருந்த வேஷ்டியின் நுனியைப் பிடித்து கசக்குகிறார், ஒரு தீயை அணைப்பதுபோல. அணைத்து கசக்குகிறார். என்னடா ஆச்சு இவனுக்கு? குருநாதர் கேட்டுவிட்டார். என்னடா நினைத்துக்கொண்டிருக்கிறாய்? காலை அமுக்கச்சொன்னால் அன்று அப்படித்தான் சிரிக்கிறாய். இன்றைக்கு என்னவோ சிரித்துக்கொண்டே, வேஷ்டியை வைத்து ஏதோ தீயை அணைப்பதுபோல செய்கிறாயே என்னாச்சு? அப்போது குருநமச்சிவாயம் சொல்கிறார். அன்றைக்கு நான் சிரிக்கும்போது, திருவாரூர் கோயிலில் நடனமாடிக்கொண்டிருந்த ஒரு பெண் வழுக்கி கீழே விழுந்துவிட்டாள். அதைப் பார்த்து சிரித்தேன். இன்றைக்கு சிதம்பரம் கோயிலில், இருந்கொண்டிருந்த விளக்கில் எலி சென்று அந்த திரியைத் தட்டிவிட்டது. அந்த திரி கீழே விழுந்ததனால் பக்கத்தில் உள்ள திரைச்சீலையில் தீ பிடித்துவிட்டது. அதை அணைத்துக்கொண்டிருந்தேன் என்று சொல்ல, குரு எழுந்து உட்கார்ந்துவிட்டாராம்.

இந்த ஆற்றல் குகை நமச்சிவாயத்திடம் கூட கிடையாது. அவருடைய சீடர் குரு நமச்சிவாயத்திடம் எங்கேயோ நடக்கிற ஒரு சம்பவத்தை ஞானதிருஷ்டியால் பார்க்கிற பார்த்துக் கொண்டிருந்த அங்கே விளைவுகளை ஏற்படுத்துகிற சக்தி அது.

திருவாருரில் ஒரு பெண் வழுக்கி விழுந்தது என்று இவர் சிரிக்கிறார். சிதம்பரம் திரைச்சீலையில் தீ பிடித்திருக்கிறது என்று இங்கிருந்து இவர் அணைக்கிறார். இது ஒரு பெரிய விஷயம். இந்தப் பெரிய விஷயத்தைப் பார்த்தவுடன் குகை நமச்சிவாயம் அரண்டுபோய்விட்டார்.

அப்பா நீ என்னைவிட பெரியவன். குகை நமச்சிவாயம் சொன்னது அதுதான். அதுதான் அவர்மகான். என்னைவிட நீ மிகப்பெரியவன். பெரிய பழுத்த பழமாய் இருக்கிறாய் நீ. உனக்குள் அவ்வளவு பெரிய ஆற்றல் இருக்கிறது. நீயும் நானும் ஒரே இடத்தில் இருப்பது தவறு. அதனால் நீ புறப்பட்டு சிதம்பரத்துக்குப் போ என்று சொல்லி அனுப்பிவிட்டார். அப்பொழுதுதான் குகை நமச்சிவாயம், குரு நமச்சிவாயத்தைப் பார்த்துச் சொல்கிறார். நமச்சிவாயம் இன்றையிலிருந்து உன்னுடைய பெயர் குரு நமச்சிவாயம் என்றார். அந்தப் பெயரைச் சுமந்து கொண்டு நமச்சிவாயம் அங்கிருந்தே புறப்பட்டு நேரே சிதம்பரத்துக்குப் போனார்.

சிதம்பரத்தில் பல்வேறு பணிகளை அந்த ஆலயத்தில் செய்தார். பெரிய வேலைகளையெல்லாம் எடுத்து அவர் செய்தார். அப்படி போகிற பொழுது அவருக்கு எப்பொழு தெல்லாம் பசிக்கிறதோ, அப்பொழுதெல்லாம் சாப்பாடு கேட்பார். யாரிடம் கேட்பார் தெரியுமா? பார்வதி தேவியிடம் கேட்பார். பார்வதி தேவியைப் பார்த்து கூப்பிடுவார். உண்ணாமலையே, உமையாளே சோறு கொண்டு வா என்பார். சோறு கொண்டு வந்து கொடுப்பார்கள் அம்மா. சாப்பிடுவார். இப்படியே அவர் வாழ்க்கை முழுவதும் பசிக்கிறபொழுதெல்லாம் பார்வதி தேவியிடம் சாப்பாடு வாங்கி சாப்பிட்ட மிகப்பெரிய மகான் குரு நமச்சிவாயம். பார்வதி தேவிக்கு ரொம்ப பிடித்த பிள்ளை குரு நமச்சிவாயம். ஆனால் பாட்டு பாடிதான் சோறு கேட்பார். சும்மா சோறு கொண்டு வா என்று சொல்லமாட்டார். ஒரு பாட்டு பாடுவார். பாடலின் முடிவில் தாய் சோறு கொண்டு வந்து நிற்பார். நிலைக்கிழத்தி மேனி மணிநீள கிழத்தி

மழுநீள கிழத்தி சோறுகொண்டுவா என்று சொல்லிவிட்டார் ஒருநாள். நிலைக்கிழத்தி மேனி மழுநீள கிழத்தி மலைகிழத்தி சோறுகொண்டு வா என்றார். கிழத்தி என்றால் கிழவி என்று அர்த்தம். இந்தப் பாட்டை பாடியவுடனேயே பார்வதி தேவி சோறு கொண்டு வரவில்லை. எப்பொழுதும் நான் பாடினால் சோறுகொண்டு வருவாயே? ஏனம்மா சோறு கொண்டு வரவில்லை என்று கேட்கிறார். பார்வதி தேவி உரிமையோடு பதில் சொல்கிறார். என்னதான் நீ மகனாக இருந்தாலும் என்னைப் பார்த்து கிழவி என்று சொல்லிவிட்டாயே. உடனே அந்தப் பாட்டை மாற்றி இளமையாகப் பாடுகிறார். அம்பாள் இளமையாக இருப்பதைப்போல அந்தப் பாட்டை பாடிய உடனே அந்த தாய் சினம் தனிந்து, உணவு கொண்டுவந்து கொடுத்ததாக அந்த வரலாறு சொல்கிறது. அவ்வளவு நெருக்கமாக இருந்திருக்கிறார் அன்னையிடம்.

குருநமச்சிவாயர் சிதம்பரத்திலே வாழ்ந்து, சிதம்பரத்தி லேயே தன்னுடைய வாழ்க்கை முழுவதையும் கழித்து, திருப்பாற்கடல் குளக்கரை அருகே ஜீவ சமாதி அடைந்திருக்கிறார். நிறைய திருவண்ணாமலையாரைப் பற்றி பாடியிருக்கிறார். அண்ணாமலையாரின் புகழை பாடல்களின் மூலமாக பரப்பியதில் குரு நமச்சிவாயருக்கு ஒரு மிகப்பெரிய இடம் உண்டு.

17

திருவண்ணாமலையில் வாழ்ந்த சித்தர்களில், அடுத்து நாம் பார்க்க இருப்பது, ஈசான்ய ஞானதேசிகர். இவர் ராயவேலூர் என்கிற ஊரில் பிறந்து வளர்ந்தவர். சின்ன வயதில் இவருக்கு வைத்த பெயர் கந்தப்பன் ஆகும். எல்லா மகான்களைப்போல இளமையிலேயே ஆன்மீக நாட்டம் உள்ளவர். அந்த ஆன்மீக நாட்டம் வந்துவிட்டதென்றால், வேறு எதிலேயும் திருப்தி இருக்காது. எதையாவது தேடிக்கொண்டே இருப்பார்கள். அது அது அது என்று தேடிக்கொண்டே இருப்பார்கள். அதுதான் கந்தப்பனுக்கும் இருந்தது. நிறைய தேடினார். நிறைய குருநாதர்களைப் பார்த்தார். அவர்கள் மனதுக்குள் என்ன இருக்குமென்றால் நிறைய குருநாதர்களை ஏன் சந்திக்கிறார்கள் என்றால் யாராவது ஒருத்தர் இவருடைய ஞானப் பசியை போக்கிட மாட்டார்களா? என்கிற ஏக்கத்தில்தான் நிறைய குருமார்களை தேடுவது. ஒருசிலருக்கு எடுத்தவுடனேயே குருநாதர் கிடைத்துவிடுவார்கள். ஒரு சிலருக்கு கடைசிவரை குருநாதர் கிடைக்கவே மாட்டார்கள். நிறைய குருநாதர்களை அவர்கள் பார்த்து பார்த்து பார்த்துக் கொண்டு வருவார்கள் வாழ்க்கையில்.

அப்படி கந்தப்பனும் அலைந்தார். அலைந்து திரிந்து நிறைய குருநாதர்களைப் பார்க்கிறார். சிதம்பரத்துக்குப் போனார். அங்கே மௌனசாமி என்கிற ஒருவர் இருந்தார். அவரிடம் சென்று சேவை செய்தார். அவரிடம் குரு உபதேசம் எல்லாம் வாங்கினார். அவர் சமாதி ஆன பிறகு திருவாரூர்

போனார். அங்கே மகான் ஸ்ரீதட்க்ஷிணாமூர்த்தியை பார்க்கிறார். அதன் பிறகு சிக்கலுக்கு வருகிறார். அங்கு வந்து உகண்ட லிங்கம் ஞானதேசிகர் என்று ஒருவர் இருந்தார். அவரைச் சந்திக்கிறார். இப்படி பல்வேறு குருமார்களைப் பார்த்து தவத்தை செய்து, ஒரு இடத்தில் ஞானநிலையை அடைய வேண்டும் என்கிற நோக்கத்தில் தவமிருக்கத் துவங்குகிறார்.

தவம் இருக்க துவங்குகிறபோது மக்களின் தொந்தரவு அவருக்கு அதிகமாக இருக்கிறது. ஏனென்றால் மக்கள் சாய்ந்துகொள்வதற்கு ஒரு தோள் தேடுகின்றனர். தங்களுடைய வாழ்க்கையில் ஏற்படுகிற கஷ்டங்களிலிருந்து விடுபடுவதற்கு ஏதாவது ஒரு பாதை கிடைக்காதா? என்று அலைகிறபொழுது இப்படி ஒரு சாமியார் தவமிருக்கிறார் என்று தெரிந்தவுடன் அவரிடம் சென்றுவிடுவது. போய் உட்கார்ந்துகொண்டு எனக்கு குழந்தை இல்லை. எனக்கு குழந்தை கொடு. என் வீட்டில் பிரச்சினையாக இருக்கிறது. எனக்குப் பொருளாதார நெருக்கடி இருக்கிறது. அப்படி இப்படி என்று சொன்னவுடனேயே. இந்த மாதிரி பிரச்சினைகள்தான் இவருக்கு நெருக்கடியாக இருந்தது. அதனால்தான் இந்த தேசிகர் ஓடுகிறார். தியானம் பண்ண, தவம் பண்ண ஓடிக்கொண்டேயிருக்கிறார். எங்கேயும் விடவில்லை. கடைசியாக திருவண்ணாமலைக்கு வருகிறார்.

அங்கிருக்கும் ஈசானிய மூலையில் உட்கார்ந்துவிடுகிறார். ஈசானிய மூலையில் காட்டுக்குள் உட்கார்ந்து தவமிருக்க ஆரம்பிக்கிறார். இவருடைய நேரம் அங்கேயும் பொதுமக்கள் விடவில்லை. விரட்டி வருகிறார்கள். அய்யா அய்யா என்கிறார். கெஞ்சுகிறார். என்னை தவம் இருக்க விடுங்கள் என்கிறார். விடமாட்டேன் என்கிறார்கள். கடவுளை அண்ணாமலையாரை நோக்கி வணங்குகிறார். நான் என்னப்பா செய்வது என்று. ஒன்றுமே இல்லை இவர் தவம் இருக்கும்பொழுது இரண்டு புலிகள் வந்து பக்கத்தில் உட்கார்ந்துகொண்டது. ஒரு ஆண்புலி. ஒரு பெண்புலி. புலிகளின் உறுமல் சத்தம் கேட்டு எந்த பக்தர்களும் கிட்டே போகவில்லை. இப்பொழுது மிகவும் அமைதியாக தவமிருந்துகொண்டிருக்கிறார் ஈசானிய தேசிகர்.

நன்றாக தவம் இருக்கிறார். தவம் இருக்கும்பொழுது அந்த இரண்டு புலிகளும் இந்தப் பக்கம் அந்தப்பக்கம் நடந்துகொண்டே இருக்கிறது. பொதுமக்கள் வந்து பார்க்கிறார்கள். பக்கத்தில் புலி இருக்கிறது போகக் கூடாது என்று சொல்லி பயந்துபோய் அவர்கள் அந்தப் பக்கம் இந்தப்பக்கம் ஓடிவிடுகிறார்கள். அவர் உண்டு அவருடைய தவம் உண்டு என்று இருக்கிறார். இப்பொழுது தவமிருக்கும்பொழுது ஒரு சிலருக்கு பேசியே ஆகவேண்டும். சில பக்தர்கள் இவரைத் தேடி வருகிறபொழுது நம்பிக்கையோடு தேடி வருகிறபொழுது, அவர்களுக்கு இவர் ஏதாவது சொல்லி ஆகவேண்டும். அது விதி. அப்படிப் பட்ட பக்தர்கள் வருகிறபொழுது, இரண்டு புலிகளையும் கூப்பிட்டுச் சொல்வார்கள். இவன் ரொம்ப நல்லவன். பெரிய பிரச்சினையில் வருகிறான் என்று சொல்லும்போது இந்த இரண்டு புலிகளும் உறுமிக்கொண்டு போய் உட்கார்ந்துகொள்ளுமாம். அவ்வளவு சக்தி வாய்ந்தவர் ஈசானிய ஞானதேசிகர்.

இதில் ஆச்சரியம் என்னவென்றால் அந்த இரண்டு புலிகள் யாரென்று பார்த்தீர்களேயென்றால் ஒன்று சிவபெருமான். இன்னொன்று பார்வதி. சிவனும் பார்வதியுமே காவல் இருந்த காவல் இருந்து இவரை தவம் செய்ய வைத்திருக்கிறார்கள் என்பதுதான் இங்கே சக்தி வாய்ந்த ஒரு விஷயமாக பேசப்படுகிறது.

இவர் அண்ணாமலையாரைப் பற்றி நிறைய பாடியிருக்கிறார். ஈசானிய லிங்கத்திற்கு எதிரே ஒரு குளக்கரை இருக்கிறது. அந்த குளக்கரையில் அம்மணி அம்மன் சமாதி இருக்கிறது. ஏற்கெனவே நாம் பார்த்திருக்கிறோம். அங்கேதான் இவருடைய மடம் இருக்கிறது. இவர் மார்கழி மாதம் 26ஆம் தேதி ஜீவசமாதி ஆனார். அப்பொழுது இவருக்கு வயது 79. திருவண்ணாமலைக்குப்போனால் இவருடைய ஜீவ சமாதியை வணங்கி நம்முடைய கோரிக்கைகளை வைத்தால் அது நிறைவேறும் என்பது காலம் காலமாக நம்பப்படுகிற ஒரு நம்பிக்கை.

ரமண மகரிஷி

சேஷாத்ரி சுவாமிகள்

யோகி ராம்சரத்குமார்

அம்மணி அம்மாள் கோவில் கோபுரம்

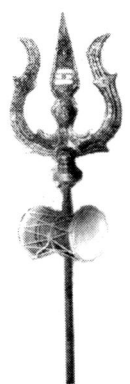

சொற்றுணை வேதியன் சோதி வானவன்
பொற்றுணைத் திருந்தடி பொருந்தக் கைதொழக்
கற்றுணைப் பூட்டியோர் கடலிற் பாய்ச்சினும்
நற்றுணை யாவது நமச்சி வாயவே.

டாக்டர் ஆ. ஞானகுருவின்

இதர படைப்புகள்

விரைவில்

"சூட்சுமம் நிறைந்த சூரக்குடி"
"குலதெய்வ வழிபாடும் வம்சவிருத்தியும்"
"எல்லாம் அவன் செயல்"

ஆத்மிக்

அதிசய உலகம்

மனநலமும் தெய்வீகமும்

மாதஇதழ்